நிலம் தின்னும் அதிகாலை

மு.செல்லா

நியூ செஞ்சுரி புக் ஹவுஸ் (பி) லிட்.,
41-பி, சிட்கோ இண்டஸ்டிரியல் எஸ்டேட்,
அம்பத்தூர், சென்னை - 600 050.
☎ : 044 - 26251968, 26258410, 48601884

Language : Tamil
Nilam Thinnum Athikaalai
Author: **Mu.Chella**
First Edition: May, 2023
Copyright: Author
No.of Pages: 94
Publisher :
New Century Book House Pvt. Ltd.,
41-B, SIDCO Industrial Estate,
Ambattur, Chennai - 600 050.
Tamilnadu State, India.
Email: info@ncbh.in
Online: www.ncbhpublisher.in

ISBN : 978 - 81 - 2344 - 469 - 7
Code No. A4823
₹ 130/-

Branches
Ambattur 044 - 26359906 **Spenzer Plaza (Chennai)** 044-28490027
Trichy 0431-2700885 **Pudukkottai** 04322- 227773 **Thanjavur** 04362-231371
Tirunelveli 0462-4210990, 2323990 **Madurai** 0452 2344106, 4374106
Dindigul 0451-2432172 **Coimbatore** 0422-2380554 **Erode** 0424-2256667
Salem 0427-2450817 **Hosur** 04344-245726 **Krishnagiri** 04343-234387
Ooty 0423 - 2441743 **Vellore** 0416-2234495 **Villupuram** 04146-227800
Pondicherry 0413-2280101 **Nagercoil** 04652 - 234990

நிலம் தின்னும் அதிகாலை
ஆசிரியர்: மு.செல்லா
முதல் பதிப்பு: மே, 2023

அச்சிட்டோர்: **பாவை பிரிண்டர்ஸ் (பி) லிட்.,**
16 (142), ஜானி ஜான் கான் சாலை, இராயப்பேட்டை, சென்னை - 14
☎: 044-28482441

All rights reserved. No part of this book may be reprinted or reproduced or utilised in any form or by any electronic, mechanical, or other means, now known or hereafter invented, including photocopying and recording, or in any information storage or retrieval system, without permission in writing from the publishers.

காணிக்கை

வாழ்வாங்கு
வாழ்ந்து மறைந்த
எனதருமைத் தந்தை
அ.முத்திருளப்பன்
அவர்களின்
உயரிய குணங்களின்
நினைவுகளுக்கு...

நன்றி

கவிதைத் தோழமை

மூரா - மஞ்சுளா - மலர்மகள் - பேனா மனோகரன் - ஓரி ஆனந்தன் - அருணா சுந்தரராசன் - அசோக்குமார் - இரா. இரவி - இரா.கணேசன் - கிறிஸ்டோபர் - முத்தையாப் புலவர் - ஆ. திருநாவுக்கரசன் - அழகு பாரதி - தமிழ்சிவா

ஆளுமைகள்

விமர்சகர் **ந.முருகேசபாண்டியன்**
முத்தமிழ் அறக்கட்டளை
நிறுவனர் அமரர் **திருச்சிசந்தர்**
எழுத்தாளர் அமரர் **ந.பாண்டுரங்கன்**
தமிழறிஞர் அமரர் **இராம.சுந்தரம்**

இதழ்கள்

தாமரை - காக்கைச் சிறகினிலே - தளம் - வளரி - கவிதை உறவு - மனிதநேயம் - புதுகைத் தென்றல் - வடக்கு வாசல் - தேசிய வலிமை - இந்துதமிழ்திசை - நமது மண்வாசம் மற்றும் பல...

மற்றும்

கலை இலக்கியப் பெருமன்றத் தோழமைகள்
திருநகர் மக்கள் மன்ற நண்பர்கள்.

தொலைந்து போன கிராமங்களும் புதிதாய் முளைக்கும் கான்கிரீட் காடுகளும்

கவிஞர் மு.செல்லாவின் "**நிலம் தின்னும் அதிகாலை**" என்னும் இக்கவிதை நூல் அவருடைய இரண்டாவது தொகுப்பாகும். கவிஞர் சிற்பியின் அணிந்துரையுடன் வெளிவந்த "தொலைந்து போன நடைவண்டிகள்" என்னும் அவரது முதல் கவிதைத் தொகுப்பு, பலரின் கவனத்தை ஈர்த்தது. அத்துடன் மாணவர்களின் வாசிப்பிற்கான பாட நூலாகப் பல கல்லூரி மற்றும் பல்கலைக்கழகங்களில் வைக்கப்பட்ட பெருமையுடையது. கவிஞர் மு.செல்லா, இடதுசாரி இலக்கிய அமைப்பான தமிழ்நாடு கலை இலக்கியப் பெருமன்றத்தின் மதுரை மாவட்டத் தலைவர். கவிஞர் மட்டுமல்லாது நல்ல படைப்புகளைத் தொடர்ந்து தேடி வாசிக்கும் வாசிப்பாளர். வாசிப்பின் அனுபவத்தைக் கட்டுரையாகப் பதிவாக்கும் விமர்சன ஆர்வலர். சிறந்த இலக்கியச் செயற்பாட்டாளர். தணிக்கைத் துறையில் பணியாற்றி ஓய்வு பெற்ற இவரின் பூர்வீகம் வைகையாறு பாயும் பெரியகுளத்தின் அருகிலுள்ள 'தாமரைக்குளம்' என்னும் கிராமமாகும். நகரங்களில் தனது வாழ்வின் பெரும்பகுதியைச் செலவிட்டுக் கொண்டிருந்தாலும் இவரது பள்ளிப் பருவத்துக் கிராம வாழ்க்கை, வயல்களாகவும் சிறுவர்கள் துடுமெனப் பாய்ந்து குளிக்கும் கிணறுகளாகவும் தென்னை, புளியந்தோப்புகளாகவும் வாய்க்கால் வரப்புகளாகவும் உயிர்பெற்று இவரது நினைவுகளில் அலையெனச் சீறிப் பாய்கின்றது. சென்ற தொகுப்பில் தமிழர் சமூக வாழ்வில் தொலைந்து போன நடைவண்டிகளைப் பற்றிக் கவலைப் பட்ட கவிஞர், இத்தொகுப்பில் கிராமங்களின் சிதைவையும், அதன் அறங்கள் தொலைந்து போவதையும் கண்டு வருந்துகிறார்.

நவீன வாழ்வில் வசிப்பிடமாக உள்ள நகரப் பெருவெளி கவிஞருக்கு ஈர்ப்புக்குரியதாக இல்லை. நகரங்கள் கலைத்துப் போட்ட கிராமங்களாகவே கவிஞரின் நினைவில் பதிவாகியுள்ளன.

நிகழ்வில் தொலைந்து நினைவில் வாழும் கிராமங்களை எழுதுகிறபோது கவிஞரின் பேனா சிலிர்த்துக் கொள்கிறது. 'நிலத்தைத் தின்னும் அதிகாலைப் பொழுது' தொடங்கி ஆற்றோர மரங்களும், ஊரின் அடையாளம் சொல்லும் ஆலமரமும், நொண்டியடிக்கும் நதிகளும், மழைக்கு அழும் கம்மந்தட்டைகளும் என மருதநிலமும் அதன் வேளாண் பண்பாடும் இத்தொகுப்பில் விரிவான சித்திரிப்புக்கு உள்ளாகியுள்ளன. இவ்வகையில், மர வேர்களிடம் பால் பருகும் மீன்

குஞ்சுகளைச் சித்திரப்படுத்தும் 'அன்னை வேர்கள்' கவிதை குறிப்பிடத்தக்கது.

> ஆற்றுநீர்ச் சுழிப்பில்
> மரமொன்றின்
> வேர்களை அண்டிக் களித்தன
> மீன் குஞ்சுகள்
> பால் பருக ஏதுமில்லை
> வேர்களிடம் மீன்களுக்கு
> ஆனாலும்...
> வாய் பதித்துச் சுவைக்கின்றன
> பக்கமெல்லாம்
> மார்புகளற்ற தாயாகி
> தன்னையே உருக்கி
> கிளைகளுக்கும் இலைகளுக்கும்
> அமுதூட்டிப் பின்
> மீன்களுக்கும் செதில்களாகின்றன
> அன்னை வேர்கள்.

இயற்கையின் இத்தகைய தாயுள்ளம் மனிதர்களிடம் இல்லை என்பதைப் பல கவிதைகளில் மறைமுகமாக எடுத்துரைக்கிறார். 'மரம் எழுதும் கவிதை'யில் மனிதர்களை இப்படி இடித்துரைக்கிறார்.

> எந்த மரங்களும்
> கையேந்தி வரிசையாய் நிற்பதில்லை
> மனிதரைப் போல
> ....
> மண்ணின் எச்சிலை உண்டு
> மண்ணையே எச்சிலாக்கும்
> மனிதர்களுக்காகின்றன
> அவை
> நாளைக்கெனப் பதுக்குவதுமில்லை
> இன்றைக்கென இடித்துக்கொள்வதுமில்லை

நாம் முன்னரே குறிப்பிட்டதைப் போலப் பள்ளிப் பருவ நட்பும், காதலும், விளையாட்டுகளும், கல்லா இளமைக் குறும்புகளும் இத்தொகுப்பில் உள்ள பல கவிதைகளில் கால வெள்ளத்தில் அழியாத ஓவியங்களாய்த் தீட்டப்பட்டுள்ளன. நகரத்துக் குழந்தைகளுக்குத் தெரியாத, வாய்க்காத மரத்தில் உச்சியேறிக் குதித்துக் குளத்தைக் கலக்கும் 'சிக்கட்டான்கள்', 'நகரங்கள் கிராமங்கள் ஆவதில்லை' என்னும் கவிதையில் இப்படிக் கலக்குகிறார்கள்.

நேற்றுப் பழகிய
நெடுநீச்சல் நிஜம்காட்ட
வரப்புத் தாவும் சோட்டுக்காரன்
உடன்
கால்சட்டை கழன்றொழுக
ஓடிச் சேரும் உடனாளி
கரையோர ஆலமர விழுதேறிக்
குளம் அலறக் குதித்துக் கலக்கும்
சிக்கட்டான்கள்
அந்த
நீர்ச் சுழலில் கால் இழுத்துப்
போக்குக் காட்டும்
விடலைப் பையன்கள்
நீர்க்கோழி முக்குளிப்பான்
தடந்தவறிய பதற்றத்தில்
ஒருவன் மேலேறி
ஓடிப் பறந்த கண்காட்சி

இதே போன்று இளம் பருவத்துத் தோழியின் மீது கொண்ட காதலைக் காத்திருப்பின் தடயங்கள் என்ற கவிதை அழகாய்க் காட்சிப் படுத்தியுள்ளது.

எப்படிச் சொல்வேனடி தோழி?
உனக்காகவே
நான் அதிகம் காத்துக்கிடப்பதாய்
அவ்வப்போது நீ
புளங்காகிதம் அடையும் போதெல்லாம்
மொட்டுவிட்ட
தட்டாஞ் செடிகளில்
பிஞ்சு விட்டுக் காய்க்கும் வரை
காத்துக் கிடந்து கிடந்து
நாவூறப் பறித்துத் தின்றதை
கட்டாப்பு எங்கும்
காய்த்துத் தொங்கிய
கொடிக்காய்ப் புளிகளைத்
தோட்டக்காரன் தலைமறைய
காத்துக் கிடந்து கிடந்து
கண்பூத்துக்
களவாடித் திரும்பியதை

கிராமத்தின் உயிர்ப்பையும் துடிப்பையும் கண்டு மகிழ்ந்த கவிஞரின் இளமைக்கால மனம், தண்ணீருக்குள் தவளையாய்த் தத்திப் பாயவிட்ட சப்பாத்துக் கல் இப்போது குருவிகளும் கரிச்சான்களும் இன்றி வறண்டு கிடக்கும் நதியில் கேட்பாரின்றிக் கிடப்பதைப் பார்த்துக் கலங்குகிறது.

நீர் சிலுப்பும் குருவிகளின்றிச்
சிறகுலர்த்தும் காக்கைகளின்றிக்
கவிழ்ந்து நீர் கவ்வும்
கரிச்சான்களின் பாய்ச்சலின்றி
மேழி கழுவுதலின்றி
மாடுழக்கும் தாம்புகளின்றி
முழங்கால் சேறு துடைத்தேறும்
மாதரிள நகையுமின்றி
கால்சட்டை கழலுமுன்
பாய்ந்து நீரில் விழும் நட்புமின்றிக்
காய்ந்தே கிடந்தது நதியின் தடம்
அங்கே...
கரையோரத் துவைகல்லின்
அடி அண்டிக் கிடந்தது
கடந்தமுறை
தவளையாய்த் தத்திப் பாயவிட்ட
சிறுவனின் சப்பாத்துக்கல்

வற்றிப் போனவை நதிகள் மட்டுமல்ல, மனித மனங்களும் தாம். தொலைந்து போனவை கரிச்சான்களும் குருவிகளும் மட்டுமல்ல, சிறார்களின் விளையாட்டுகளும் தாம்.

மருதநில வயல்கள் வீட்டுமனைகளாக முளைத்து, காங்கிரீட் காடுகளாக மாறும் அவலத்தினைப் "பூமியை விற்பவன்" கவிதையில் இவ்வாறு எள்ளி நகையாடுகிறார்.

"மேய்ச்சல் நிலம் மூடிய
காங்கிரீட் காடுகள்
பார்த்து முறைக்கும்
மாடுகள்
முறைத்துவிட்டுப் போகட்டும்
....
சீக்கிரம் விற்று முடி
இன்னும் நிறைய
கிரகங்கள் உண்டு காண்!"

"நீருண்டு வேர் இல்லை" கவிதையும் இதே பிரச்சினையை வேறு கோணத்தில் காட்டுகிறது.

"உண்டி கொடுத்தோர் உயிர் கொடுத்தோரே
உண்டி முதற்றே உணவின் பிண்டம்
உணவு எனப்படுவது நிலத்தொடு நீரே"   (புறநானூறு - பா.18)

என்கிற சங்ககால வாழ்வியல் அறத்தைத் தொலைத்துவிட்ட தமிழ்ச் சமூகத்தைச் சாடும் அறச் சீற்றமாகவே கவிஞரின் பெரும்பாலான கவிதைகள் அமைந்துள்ளன. ஊருணிகளும் குளக்கரைகளும் தூரி ஆடும் ஆல மரங்களும் நதிகளும் நாற்கரச் சாலைப் பெருவெளியில் தொலைந்து போவதைப் புதிய பொருளாதாரப் புத்துலகப் புலம் பல்களாகக் கவிஞர் காண்கிறார். நாற்கரச் சாலைகள் நாய்களை உண்ணும் சாலைகளாக மாறிவிட்டதைப் பின்வரும் கவிதையில் பதிவு செய்துள்ளார்.

பினையோடு ஓடி விளையாடிய
காடுகளெங்கும் சாலைகளானதால்
வேற்றுக்கிரக வாசிகளாகி
மிரண்டு
சாகின்றன நாய்கள்
பறக்கும் சக்கரங்களுக்கிடையில்

புதிய பொருளாதாரத்தின் இருப்பிடமாய் விளங்கும் நகர வாழ்க்கையின் அரசியலும் அவலங்களும் இத்தொகுப்பில் கூர்மையாக விமர்சிக்கப்பட்டுள்ளன. தேர்தல்களில் தோற்றுப் போகும் ஜனநாயக அரசியலும் மனித குலத்திற்கு அச்சுறுத்தலாய் விளங்கும் அணு ஆயுதங்களும் கோக் பெப்சி என்றும் பகாசுர முத்திரங்களின் விளம்பர முகங்களாய்த் தொலைக்காட்சிகளில் பல் இளிப்பதையும், கூடாரத்திற்குள் நுழைந்த ஒட்டகங்களாய் "வால்மார்ட்" சந்தைகள் பெருகுவதையும் கவிஞர் இடதுசாரி அரசியல் கண்ணோட்டத்திலிருந்து விமர்சனம் செய்கிறார். மாறிப்போன அரசியல் நெறிகளைப் பின்குறித்தவாறு பகடி செய்கிறார்.

"நகரத்துத் தெருக்கோடியில்
எட்டுக்கு எட்டு அறையொன்றில்
தேசம் கட்டமைக்கப்படுகிறது
குவாட்டர் பாட்டிலும்
கோழி பிரியாணியுமாய்
தேர்தல் நாள்களில்
வலுப்படுத்தப்படுகிறது

"அதன் அஸ்திவாரம்
....
விதைத்தவரே
கை நிறைய அறுக்க முடிகிறது
எமது
வள்ளல் நிலங்களில்
அந்தப்
புதைசேற்றில் மலர்கிறது
தேசத்தின் ஆன்மா!"

தமிழகத்தின் உழைக்கும் மக்களின் பொருளாதாரத்தைச் சுரண்டிச் சூறையாடும் அரசு மதுபானக் கடைகளைப் "பெருங் குரைப்பு" கவிதையில் இப்படிச் சாடுகிறார்.

"நாய்கள் குரைக்கும்
நகரத்துத் தெருவொன்றில்
டாஸ்மாக் குரைக்கிறது
கடிவெறி தீர்ந்த பின்னும்
குடிவெறி பரப்பும்
விலங்குகளின் கூடாரமாய்க்
குரைக்கிறது
....
தந்தையரின் கௌரவத்தைத்
தாயாரின் இதயங்களை
மனைவியரின் தாலிகளைக்
குறிவைத்த படி
உள்ளிருந்து கடித்துக் குதறும்படியான
குரைப்பு இது"

கடலில் தமது வாழ்க்கையைத் தொலைக்கும் மீனவர்களின் பிரச்சனையையும் அதற்குள் ஒளிந்திருக்கும் சர்வதேச அரசியலையும் "உயிர் பொறுக்கிகள்" எனும் கவிதையில் கவிஞர் பேசுகிறார்.

"கவளம் சிதறிய கடலுக்குள்
இரை பொறுக்கப் போனவர்கள்
உயிர் பொறுக்கித்
திரும்புகின்றனர்
கீழைக் கடல் முழுதும்
கொஞ்சமும் பயமின்றிக்
கொத்தித் தின்கின்றன
கோட்டான்கள்

எம் மனித உயிர் முழுவதையும்
வல்லரக்கப் போர் பறையுடன்"

மொழி கவிதையாய்ப் பூக்கும் படைப்பாக்கம் பற்றி இத்தொகுப்பில் "கவிதையெனும் பெருவெளி" என்கிற அருமையான கவிதையொன்று இருக்கிறது. அது கவிதைகள் முளைப்பதையும் கவிஞனிடம் கவிதை பிடிபடுவதையும் இப்படிச் சொல்கிறது.

"மொழியற்ற பூமிக்கு
முகாந்திரம் ஏதுமில்லை
சொல்லரசியலின்
ஆடு புலி ஆட்டத்தில்
வெட்டுண்ட மொழி
கவிதைகளாகி முளைக்கின்றது
வாழ்வின் தடம் தேடுவோர்
பிரவேசிக்க வேண்டிய
பெருவெளியாக
....
கவிதை வானம்
மின்னலைப் பிடிக்கவும்
மாமழை தாங்கவும்
திராணியற்றவரிடமும்
இடியாயும் மழையாயும்
கவிதைகள் பிடிபடுகின்றன
இரக்கமற்றவரிடம் மட்டும்
அவை பிடிபடுவதேயில்லை"

கவிதைக்கான பொருள் குறித்தும் கவிஞனின் கடப்பாடு குறித்தும் 'உயிர் வடியும் ஓசை' எனும் கவிதையில் பேசுகிறார்.

"காதலும் காமமும்
கடைச் சரக்காய்ப் போகட்டும்
அவை
அழுகி நாற்றமெடுத்தும் போகட்டும்
அமைதியைத் தழுவிட
அனுமதியற்ற தருணங்களில்
கவிதைக்கென்ன வேலை
இருந்துவிடப் போகிறது?
....
தனக்கான ரத்தமும் நிணமும்
தெறிக்கிற தெளிவில்

ஓர்
இனத்தின் விடியல் தென்படுமாயின்
அவை தானே
கவிதையின் கவிதை"

காதலியைக் கொஞ்சுவதும் மலர்களை முத்தமிடுவதும் வானத்தின் வண்ணக் கோலங்களைப் பார்த்து வியப்பதும் மட்டுமே கவிதையின் வேலையன்று. அது, சமூகச் சமத்துவத்திற்கும் சமூக நீதிக்கும் சமூக விடியலுக்கும் குரல் கொடுக்க வேண்டும். "வீணையல்ல என் தூரிகை; வீரியம் துள்ளும் வாள்" என்று மலையாளப் புரட்சிக் கவிஞர் பி.பாஸ்கரன் சொன்னது போல், கவிதை கவிஞர் செல்லாவிற்குக் கை வாளாகத் திகழ்கிறது. அவர் சமூகத்தின் எல்லாவித ஒடுக்குதல்களுக்கும் எதிராகத் தனது கவிதை வாளை உயர்த்துகிறார். கவிதைக்கான பொருளைத் தேர்வு செய்வதிலும் புரட்சிக் கவிஞர் பாரதிதாசன் சொன்னதைப் போல "விசாலப் பார்வையால் இவ்வுலகை விழுங்குகிறார்."

கரோனா எனும் தீநுண்மிக் காலத்தில் 'அன்றாடங் காய்ச்சிகளே கழித்தல் ஆனார்கள்' என்று பாடுவதன் மூலம் இவரது கவிதை இற்றைத் தன்மை பெறுகிறது. வாழ்வின் உன்னதத்தை உரத்துச் சொல்லும் யதார்த்தவாதக் கவிதைகளாக இத்தொகுப்பு மலர்ந்துள்ளது. ஆயினும் மொழிநடையில், வாழ்வின் இருத்தல் குறித்த தேடல் புனைவின் ஆழங்களுக்குச் செல்கிறது. படைப்பின் புதிர்களைத் தேடுகிறது. மனித குலத்தின் விடியலுக்காய்த் தவமிருக்கும் வானம்பாடி கவிதை இயக்கத்தின் புதிய வடிவமாக முன் வரிசையில் இத்தொகுப்பின் மூலம் கவிஞர் மு.செல்லாவும் இணைகிறார்.

முனைவர்.பா.ஆனந்தகுமார்
பேராசிரியர் மற்றும் புல முதன்மையர்,
காந்திகிராமிய நிகர்நிலைப்
பல்கலைக்கழகம்
திண்டுக்கல் - 624 302.
கைபேசி: 9443731961

கவிதைகளால் அழகுற்ற மொழி!

கவிதைகள் காலத்தின் கையில் கருவியாகவே இருந்து வருகின்றன. ஆனால், அந்தக் காலத்தையே நாடிபிடித்துப் பார்க்கும் கருவி கவிதை என்பது தான் கவிதையின் மகத்துவம். மனித மனங்களின் சிறு ஓட்டைகளில் கூட உள்நுழைந்து ஆட்டங்காட்டும் தன்மை கவிதைக்கு உண்டு.

கவிதைகள் மொழியை அலங்கரிக்கின்றன. கவிதைகளால் அழகுற்ற மொழிகளின் தொகுப்பு, இப்பூமியை வளப்படுத்துகின்றன. அறிவார்ந்த சமூகம் நேர்கோட்டில் பயணிப்பதைப் பெரும்பாலும் அச்சமூகத்தின் கவிதைகளைக் கொண்டே அளவிட முடிகிறது. மொழியறிவு பெற்ற ஒவ்வொருவரும் கவிதைகளோடு பயணிப்பதற்கும், சற்றே முன்னேறி கவிதைகள் எழுத எத்தனிப்பதற்கும் மேற்படி உண்மைகளே காரணமாகின்றன.

நேர்த்தியான கவிதையொன்றின் முதல் வாசிப்பிற்கும், அதன் மீதான மீள் வாசிப்புகளுக்கும் இடையே ஏதேதோ அதிசயங்கள் நடந்து விடுகின்றன. அதனால்தான், கவிதையென்னும் ஒற்றைப் புள்ளியிலிருந்து பல வண்ணக் கதிர்கள் திசைகள் தோறும் ஒளிவீசி, வாசிப்பவர்களை எளிதில் வசப்படுத்துகின்றன.

கவிதை கவிதைதான், அதற்குப் பிரிதொரு ஒப்பீடு என்பதில்லை. அதனை உள் வாங்கியவன்தான் உண்மைக் கவிஞன். உணர்வுகளால் கட்டமைக்கப்பட்ட தனிமனித வாழ்வின் பிரதிபலிப்புக்கள் தான் கவிதைகள். தருணங்கள் எதுவானாலும், அதனைப் பிறர் மனங் கொள்ளத் தக்க வகையில் சொல்ல முடியுமானால் அதுவே ஒரு கவிஞனின் வெற்றியாகும்.

அத்தகைய கவிதைப் பயணத்தில் இத்தொகுப்பு எனது இரண்டாவது கவிதைத் தொகுப்பு ஆகும். முதல் தொகுப்பிலிருந்து நீண்ட இடைவெளிக்குப் பின்பு வெளிவருகிறது இது. நியூ செஞ்சுரி புக் ஹவுஸ் என்னும் மக்கள் நிறுவனம், எனது "**தொலைந்து போன நடைவண்டிகள்**" முதல் தொகுப்பினைப் பெருமளவு வெகுமக்களிடமும், பல்கலைக்கழக மாணவர்களிடமும் கொண்டு சேர்த்திருக்கிறது. அதனுடைய மேலாண்மை இயக்குநர், நாடறிந்த நல்ல கவிஞர், நிறுவனத்தின் வளர்ச்சிக்கு அயராது பாடுபட்டுவரும் தோழர் சண்முகம் சரவணன் அவர்கள் என் மீதும், என் கவிதைகளின் மீதும் தனித்த அன்பு கொண்டவர் அவருக்கு எனது நெஞ்சம் நிறைந்த

நன்றியைத் தெரிவிக்கிறேன். நிறுவனத்தின் பொதுமேலாளர் தோழர் திரத்தினசபாபதி அவர்கள் படைப்பாளிகளைப் பெரிதும் நேசிப்பவர் அவரது அன்பிற்கு நன்றி செலுத்துகிறேன்.

நியூ செஞ்சுரி நிறுவனத்தின் மதுரை மண்டல மேலாளர், அருமைத் தோழர் அ.கிருஷ்ணமூர்த்தி அவர்களும், திருநெல்வேலி கிளைமேலாளர் அன்பு இளவல் ஆர்.மகேந்திரன் ஆகிய இருவரும், எனது முதல் தொகுப்பின் வெற்றிக்கு எடுத்துக் கொண்ட அளப்பரிய முயற்சிகளைத் திரும்பிப் பார்த்து நன்றி செலுத்துகிறேன். இவர்களோடு மதுரை, திண்டுக்கல், நாகர்கோவில் கிளைகளின் மேலாளர்கள் மற்றும் தோழர்கள் அனைவரும் எனது எழுத்துப் பணிக்கு உதவிகரமாக உள்ளனர். அனைவருக்கும் என் இனிய நன்றி.

தனது நேர நெருக்கடிகளுக்கு இடையேயும், இத் தொகுப்பில் உள்ள கவிதைகளை வாசித்து சிறந்த அணிந்துரையை வழங்கியிருக்கும், தமிழ்க் கவிதை உலகின் முன்னோடி பிதாமகன்களுள் ஒருவரும், எனது மதிப்பிற்குரியவருமாகிய கவிஞர் **ஈரோடு தமிழன்பன்** அவர்களுக்குப் பெரிதும் நன்றி செலுத்துகிறேன்.

என்னைத் தொடர்ந்து கவிதை எழுதத் தூண்டியும், கவிதைகளைச் சரிபார்த்து அவ்வப்போது ஆலோசனைகள் வழங்கி உற்சாகப்படுத்தியும் வருபவர் பேராசிரியர் பா.ஆனந்தகுமார் அவர்கள். பல்கலைக்கழகப் பேராசிரியர், புலத்தலைவர், கலை இலக்கியச் செயற்பாட்டாளர், சாகித்ய அகாடமி விருதாளர் எனப் பல்துறை வித்தகராகத் திகழ்பவர் அவர். தற்போது இத்தொகுப்பிற்கு சிறந்ததொரு விமர்சன உரையை வழங்கியுள்ளார். அவருக்கும், அவரது விமர்சன உரைக்கும் பெரிதும் நன்றி தெரிவிக்கிறேன்.

எனது எழுத்துப் பணியின் மீது பெரிதும் கவனம் கொண்டு உற்சாகப்படுத்திவரும் விமர்சன அறிஞரும், எங்களது பேராசிரியருமாகிய அய்யா **தி.சு.நடராசன்** அவர்களுக்கும், தஞ்சைத் தமிழ்ப் பல்கலைக் கழகத்தின் மேனாள் துணை வேந்தர் **ம.திருமலை** அய்யா அவர்களுக்கும் இதயப்பூர்வமான நன்றியைத் தெரிவிக்கிறேன்.

எனக்கு வாய்த்திட்ட கவிதைத் தோழமைகள் பேருள்ளம் கொண்டவர்கள். எனது புத்துயிர்ப்பான செயல்பாடுகளுக்கு அடிநாதமாக இருப்பவர்களும் அவர்களே, அவர்களைத் தனியே பட்டியலிட்டு நன்றி பாராட்டுகிறேன்.

எனது கவிதைப் பயணம் தொய்வின்றித் தொடர, உறுதுணையாக விளங்கும் எனது துணைவியார், பிள்ளைகள் மற்றும் குடும்பத்தார் அனைவருக்கும் நன்றி.

இக்கவிதைகளோடு பயணிக்கும் வாய்ப்பைப் பெறுகிற ஒவ்வொரு வாசகர்களும் நன்றிக்குரியவர்களே! அவர்களே இத்தொகுப்பிற்கு முதன்மையானவர்களும் ஆவார்கள். நல்ல கவிதைகளுக்கு ஒருவகையில் வாசகர்களும் பங்குதாரர்களே.

10E மருதுபாண்டியர் தெரு,
திருநகர், மதுரை - 625006.
கைபேசி: 94421 48582
மின்னஞ்சல்: Kavingarchella●gmail.com

அன்புடன்
மு.செல்லா

நினைவின் ஓரத்தில்

நினைவின் ஓரத்தில்
சில ஞாபகக் குறிப்புக்களாய்
மாறிப் போயின
இருத்தலின் மீதம்

வாழ்வின் இருட் செறிவில்
வண்ணப் பூக்களாய்
நெளிந்து போயின கனவுகள்

நேற்றைய ஆய்வுகளும்
இன்றைய தோண்டல்களும்
இன்னும்....
தன் இருப்பைப் பதிவு செய்ய
முண்டும்படி ஆகின்றன

உண்மையின் வாய்
அகன்றிருந்ததால்
ஓசையிட முடியாமல்
முணு முணுத்துக் கொள்ள
வேண்டியதாகிறது எப்போதும்

இசையால் அன்றி
கூச்சல்களால் நிறைகிறது
வாழ்க்கை
வீங்கிய வெற்றிக்கும்
வேண்டப்படும் தோல்விக்கும்
நடுவே புள்ளியிட்டு
மீண்டும் மீண்டும்
பரிணமிக்கிறது
வாழ்த்து
தீராத மனம்

◈

நீருண்டு வேரில்லை

வெறும் தரை லட்சியமல்ல
ஆனாலும்
வீழ்கிறது மழை
கொட்டித் தீர்க்கும்
அதன்
துளிகளின் பெருவெள்ளம்
தன் தடம் தேடித் தோற்று
மனிதம் துடைக்கிறது
அமுதம் நஞ்சாகிப் போன கதை
என்றும்
பயிலப்படுவதேயில்லை

பூமிப் பந்தின்
முதுகின் பெரும்பரப்பு
ரணமாகிக் கிடக்கின்றது
ஆர்த்து எழும் கட்டிடங்களின்
கோர தாண்டவத்தால்
சின்னதாய்
ஒரு பூவின் புன்னகைக்கும்
நாதியற்றுக் கிடக்கிறது
குவலயம்

அமுத கிரணங்களால்
அள்ளப்பட வேண்டிய
நீரின் வேரின்றி
நதியும், ஏரியும், குளமும்
பெருகிப் பெருகிப்
பின் மாய்கின்றன
துவண்டு கிடக்கும்
அதன் வெறுமைக்குள்ளே
ஆயிரம் அரசியல்

அழுக்கற்ற
எந்த வலை கொண்டு
இந்த நீரைப் பிடிப்பது?

◆

கவிதையெனும் பெருவெளி

மொழியற்ற பூமிக்கு
முகாந்திரம் ஏதுமில்லை
சொல்லரசியலின்
ஆடு புலி ஆட்டத்தில்
வெட்டுண்ட மொழி
கவிதைகளாகி முளைக்கின்றது
வாழ்வின் தடம் தேடுவார்
பிரவேசிக்க வேண்டிய
பெரு வெளியாக

கத்தல்கள்
காதுகளை நிரப்புகின்றன
விளையாடவும்
பின்
வினையாடவும்
கவிதையை விட்டால்
யாருண்டு?
விரைந்து கால் வையுங்கள்
நனைந்தே போவீர்கள்!
சின்னதாய்
ஒரு சிம்மாசனமும்
பெரிதாய்
ஒரு சிலிர்ப்பும்
எப்போதும் உண்டு

தடையின்றித் திறந்தே கிடக்கிறது
கவிதை வானம்
மின்னலைப் பிடிக்கவும்
மாமழை தாங்கவும்
திராணியற்றவரிடமும்
இடியாயும் மழையாயும்
கவிதைகள் பிடிபடுகின்றன
இரக்கமற்றவரிடம் மட்டும்
அவை பிடிபடுவதேயில்லை

புதை சேறு

நகரத்துத் தெருக் கோடியில்
எட்டுக்கு எட்டு அறையொன்றில்
தேசம் கட்டமைக்கப்படுகிறது
குவாட்டர் பாட்டிலும்
கோழி பிரியாணியுமாய்
தேர்தல் நாள்களில்
வலுப்படுத்தப்படுகிறது
அதன் அஸ்திவாரம்

தலைக்குத் தலை
தொகை பேசி
கடித்துக் குதறப்படுகிறது
ஜனநாயகத்தின் குரல்வளை
கண்ணும் கருத்தும் மூடிக் கொள்ள
ஊடகங்களின் ஒப்பாரியால்
ஒளிர்கிறது உண்மையின் முகம்
வறட்சியிலும்...
விதைத்தவரே
கைநிறைய அறுக்க முடிகிறது
எமது
வள்ளல் நிலங்களில்

அந்தப்
புதை சேற்றில் மலர்கிறது
தேசத்தின் ஆன்மா:

சிரிப்பின் பகிர்தல்

நேற்றுப் போல்
இன்றும் பை தடவிப் பார்க்கிறாள்
என் வகுப்புத் தோழி
பள்ளியில் நுழைந்தவுடன்

கொடுங்காய் தவிர்த்த
புளியம் பிஞ்சுகளை
மரம் தாவிப் பறித்த சாகசத்தை
எண்ணி நானும்
பை துலாவி லாவகமாய்
பிஞ்செடுத்த சாமர்த்தியத்தை
நினைத்து அவளுமாய்
மாறிமாறிச் சிரித்துக் கொண்டோம்.

எட்ட...
காசுக்கு விற்கும்
நிலாப்பிறை மாங்கீற்றை
பொடி தூவி விற்றவனுக்குமில்லை
வாங்கியவனுக்குமில்லை
எங்களுக்கான
சிரிப்பின் பகிர்தல்.

கரையெங்கும் தேடி

குளமெங்கும் பாசியிருப்பதாய்
பாடிப் பார்த்தாள் தங்கை
கண்கள் சிவந்து விட்டதாய்
பயமுறுத்தினான் தம்பி
பள்ளிக்கு நேரமாயிற்றென்று
பரிதவித்தான் என்சோட்டுக்காரன்
தவளை தத்தி
மேல் விழுமென்றாள்
பக்கத்து வீட்டு அக்கா
மடையோரம் பாம்பியிருப்பதாய்
எச்சரித்தான் நீராணிக்கம்
எல்லாவும்
கடைவாய் நீர் கொப்பளித்து
நீச்சலுடன் நிராகரித்தேன்

உன்னோடு
என் உயிரிருக்கிறதென்றாள் அன்னை
ஓடி நான் கரையேறி...
ஐக்கியமானேன் அவளோடு

இன்றும் நான்
கரையேறி விட்டேன்
கரையெங்கும் ஊரார் முகம்

◈

நிலம் தின்னும் அதிகாலை

முற்றத் தொடங்கிய
வயல் வெளிக்குள்
வளைந்து நெளிய
வரப்புகளுக்கு மட்டுமே அனுமதி
பாசி படர்ந்த
சிறு குளமொன்று
ஒரத்தே தொங்கிய படி
இலவச இணைப்பாய்

அதிகாலை வாடையைப் புறந்தள்ளிய
தும்பிகளின்
துள்ளல்கள் ஆங்காங்கே
தடம் தப்பிய கொக்கொன்று
பழைய நினைப்பில்
புழுத் தேடிய ஏமாற்றத்துடன்
பறக்கவும் இருக்கவும் மாட்டாததாய்

கட்டுரைத் தொகுப்பாய்க் குறுக்கிடும்
தென்னந் தோப்புகளும்
யாரோ எழுதிய கவிதைகளாய்
அங்கொன்றும் இங்கொன்றுமான
பனைகளின் இருப்பும்

வரப்போரம் ஊனாஞ் செடி மீது
ஊர்வலமாய்
அதிகாலை நத்தைகள்

இரவின் குளிரைத்
தாவியபடி இறக்கி வைக்கும்
தவளைகளும்
அவற்றின் கால் நனைக்கும்
நீரூற்றும்

அடிநிலச் சேற்றுக்குள்
யாரும் இருக்கலாம் என்பதுவாய்
தலைப் பிரட்டைகளும்
நீர்ப் பாம்பும்
இன்னும் பிறவும்

ஆனாலும்
தலை மீது உறுமாலும்
காலிடுக்கில் கோவணமுமாய்
என்
பாட்டனும் அப்பனுமின்றி

கனத்த இதயத்துடன்
கரைகிறது அதிகாலை
அனேகமாய்
கையளித்த நிலக் கோப்புகளுடன்
பட்டினத்தான் பவனி வரும்
நேரமும் இதுவாகலாம் தான்.

உயிரைச் சொருகிய வாசல்கள்

உடல் பிழிந்து
உதிரம் தெளித்த
கோலங்களில் நடுவே
உயிரைச் சொருகிய
வாசல் உள்ள
வீடாகிப் போனது அரசியல்

இங்கே
சட்டங்கள் கூட
கடப்பாரைகளை
விழுங்கச் சொல்கின்றன
கையில் கஷாயத்துடன்

உள்ளேயும் வெளியேயும்
உறங்க இடமின்றி
நிறைந்து கிடக்கின்றன
நேற்றைய வாக்குறுதிகளும்
இன்றைய ஞாபகமறதிகளும்

அழுக்காகித் துவைக்கும் முன்னர்
கரைகள் மாறிவிடுகிற
அதிசய வேட்டிகள்
நிறைந்தும் இறைந்தும் கிடக்கும்
கூடங்களும் மாடங்களுமாய்
வாழவும் ஒழியவும்
மாற்றி மாற்றி
கோஷமிட முடிகிறது
எதிலும் ஒட்டாமல்
பணத்தில் ஒட்டியபடி

பின்
சகோதரச் சதைகளைத்
தின்று கொழுத்த மிருகங்களோடும்
நட்பாட வேண்டியிருக்கிறது
வாக்களித்து
உயிர் வாழும்
நானும் நானுமாய்

◈

கூட்டலும் கழித்தலும்

ஆதரவற்ற பெருவெளியில்
திசையின்றி
சுற்றிச் சுழன்று கொண்டுள்ளது
எமக்கான வாழ்க்கை
குடும்பமும் பிள்ளைகளும்
அப்படியே ஆம்!

புகுந்து கொள்ள இடமின்றி
நுண்நோக்கிக்குள் புகுகிறோம்
நாங்கள்
அங்கோ...!
ஒரு புள்ளியில் பரிணமித்து
பேரிரைச்சலுடன் வாயற்ற வாய்திறந்து
புறப்படுகின்றன தீநுண்மீக்கள்

ஆயுதங்களெல்லாம்
பழையன ஆகிவிட்டது எங்களிடம்
மனிதப் பதுங்கு குழிக்குள்
கிருமிகளின் கொண்டாட்டம்
விடவும் தொடவும்
விதிகள் வகுக்கப்படவில்லை எம்மிடம்

வானமென்ற எல்லை
மனிதற்கில்லை என்றாகிற்று
கைகள் சவலையாகிக்
கூட்டுக்குள் முடங்கவும்
கிருமிகளின் குறிப்பறிந்து
நிமிர்ந்து கொள்ளவும்
பயிற்சிகள் பெற்றதனால்
நாங்கள் கூட்டல் ஆனோம்
அன்றாடங் காய்ச்சிகளோ
கழித்தல் ஆனார்கள்

பழைய மனிதர்களும் புதிய வீடும்

வீட்டை
அதன் மனிதர்களோடு
அடையாளப் படுத்த
முடியாமல் போயிற்று...

சுவர்களோடும்
வித விதமாய் வந்து போகும்
வண்ணங்களோடும்
நேற்றும், முந்திய நாளும்
பெருந்தொகை பெற்றுக் கொண்ட
முகப்பு வடிவமைப்பாளனோடும்
இனி
நீண்டகாலப் பேரழைப்பு
கூடிக் குடும்பம் நடத்தலாம்

வாசிக்கப் பழகிய நாள்முதல்
என்
கனவில் வந்துபோன
உயிரான புத்தகங்களுக்கு
ஆசாரியோ அல்லது
அவனை இயக்கும் பொறியாளனோ
இடம் தரலாம்
அல்லது
மறுத்தும் விடலாம்

அண்டைவீட்டார்
முகம் பார்த்துப் பேசும்
சமையலறை
வாய்க்காமல் போகலாம் மனைவிக்கு
அல்லது
'மாடுலர் கிச்சனோடு'
மல்லுக் கட்டலாம்

அம்மாவின்
ஆசை ஆசையான கடவுளர்கள்
அப்புறப்படுத்தப்படலாம்

அல்லது
பரண் இல்லாத கொடுமையை
மாற்றிய
நவீன 'லாப்ட்டுகள்'
அடைக்கலம் தரலாம்

அப்பாவின் கைத்தடி
பிள்ளைகளின் நடைவண்டி
வெறுக்கப்படலாம்
அல்லது
வேறு யாருக்கேனும்
கொடுக்கப்படலாம்

வீட்டை
அதன் மனிதர்களோடு
அடையாளப்படுத்த முடியாத
வெறுமைகளால்
நிரம்பிக் கிடக்கலாம்
என்
புதிரான புதிய வீடு
யார் யாராலோ!

எழுக வானம்

அடர் இரவின் ரகசியங்களை
அவ்வப்போது தன்னுள்
புதைத்தவாறு
சில நேரம் வெட்கத்துடனும்
பல நேரம் வேதனையுடனும்
எழுகிறது வைகறை வானம்
கரைந்து எழும்பும்
காகங்களின் சுறுசுறுப்பில்
அதிகாலைப் பனி
முகந்துடைக்க
எழுகிறது வானம்
ஓய்வறியா அருவிகளின்
சலசலப்பில் மயங்கி
உயர்ந்த மரங்கள்
மலர்களை நீட்ட
வாங்கிக் கொள்கிறது
சூரியக் கதகதப்பை
கக்கத்தில் இடுக்கியவாறு
காற்றின் காதலை
உலகிற்கு உணர்த்தியபடி
எழுகிறது அது.

அன்னை வேர்கள்

ஆற்று நீர்ச் சுழிப்பில்
மரமொன்றின்
வேர்களை அண்டிக் களித்தன
மீன் குஞ்சுகள்
பால் பருக ஏதுமில்லை
வேர்களிடம் மீன்களுக்கு
ஆனாலும்...
வாய் பதித்துச் சுவைக்கின்றன
பக்கமெல்லாம்

மார்புகளற்ற தாயாகி
தன்னையே உருக்கி
கிளைகளுக்கும் இலைகளுக்கும்
அமுதூட்டிப் பின்
மீன்களுக்கும் செதில்களாகின்றன
அன்னை வேர்கள்

நீர்வாழ் மெல்லுடலிகளின்
கதகதப்பில் நிறைகிறது
பல்லுயிர் பெருக்கத்து
காப்பகமான வேரின் மடிகள்

எப்போதும்
வேர்களின் மேல் குந்தியிருக்கும்
கிளைகளுக்குத் தெரிவதேயில்லை
தன் கனம்.

களவு போன நானும் நாள்களும்

யாரிடம் கொடுத்தோம்
என்பது தெரியாமலே
களவு போயின
என் இனிய நாள்கள்

கணக்கன் தோட்டத்து
உப்பு நீரில் குளித்தால்
மேனி கருக்குமென்ற
அம்மாவின் அதட்டல் கேட்டு
வியாபாரி தோட்டத்து
நன்நீர் கிணறு அலற
குதியாலமிட்ட நாள்கள்

ஓடைநீர் ஊற்றில் சிக்கிய
உறு மீனுக்காய்த் துள்ளி
விலாங்கு மீன் வேட்டைக்காரனாய்ப்
பீற்றிக் கொண்ட நாள்கள்

கவட்டைக் கொம்பொடிய
நொங்கு மட்டை
வண்டியுருட்டி
என் சோட்டுக்காரனிடம்
தோற்றும், ஜெயித்தும்
சிலிர்த்த நாள்கள்

மொட்டு விட்ட
தட்டாஞ் செடிகளில்
பிஞ்சு விட்டுக் காய்க்கும் வரை
காத்துக் கிடந்து கிடந்து

நாவூற பறித்துத்
தின்ற நாள்கள்

முள்மரம் தழுவிய
கொடிக்காய் புளிகளுக்காய்
துவர்ப்பறியாத் தொண்டையுடன்
வேலி தாண்டி
படுத்தும் ஊர்ந்தும்
பறித்து
பை நிரப்பிய நாள்களுமாய்...

இன்னும் இனிய
நானும் என் கிராமுமான
நினைவுகளைத்
தொலைத்த இடமும்
அதை விழுங்கிய
பகாசுர வாய்களுமாகப்
புலர்கிறது
புதிய பொருளாதாரப்
புத்துலகப் புலம்பல்கள்

சிறகுகள் இல்லாத வானம்

ஏனோ
இடம் மாறியிருந்தது
நேற்றைய வானம்
தெளிந்தும் தெளியாத
வானச் சட்டையை
உரித்துப் போட்ட பாம்பாக
பறந்து கொண்டிருந்தது
யாரையும் கடிக்காத
இன்றைய வானம்.

பறவையின் எச்சங்களைப்
பூமிக்கு அனுப்பிய பின்
அதன் சிறகசைப்புக்களை
ரசித்தவாறு
தானும் பறந்து கொண்டிருந்தது
சிறகுகள் இல்லாமலே
தன் மண்டலமெங்கும்
உருட்டி விடப்பட்டிருந்த
நெல்லிக் காய்களென
நட்சத்திரங்களை உருட்டியபடி

இருப்பினும்
வானம் விதைக்க
பூமி அறுவடை செய்கிறது
வெளிச்சம்
காற்று
மௌனம்
மற்றும்
நாளையும் தொடரும் என்ற
நம்பிக்கை.

வரமும் சாபமும்

ஒரு மழை நாளில்...
விண்ணை ஜெயித்த
மரம் ஒன்றுடன்
தனிமையில் பேசுகிறேன்.
மண்ணைச் சுவைத்தபடி
மௌனம் காக்கிறது மரம்

என்னையும்
என்னிரு கைகளையும்
சந்தேகித்த படி கரைகிறது
மரத்துக்கும்
எனக்குமான இடைவெளி

இலையுண்ணும் புழுக்களையும்
எச்சமிட்டு அமரும்
பறவைகளையும்
கிளையொடித்து வீசும்
காற்றையும்
சகித்தபடி
குலை நடுங்க மௌனிக்கிறது
மரத்திற்கும்
மனிதருக்குமான உறவு

பூமியின் கழிவுகளின் மேல் நின்று
ஆகாயத் தோட்டிகளாய்
வானழுக்கைச் சுத்தம் செய்தபடி
நகர்கிறது
அதன் பொழுதுகள்

மண்ணின் வரமாய்
மரங்கள்
சாபமாய்...

◈

ஒரு துளி நீரும் ஒரு பீப்பாய் பெட்ரோலும்

போரின்றியும் மடியலாம்
மனித குலம்
இனி
நீரின்றி

மனிதப் பேருழைப்பு
இனி
ஒரு துளி நீருக்காய்த்
 திருப்பி விடப்படலாம்
அதன் நிறம் மாறி
சிவப்பாகியும் போகலாம்

யாருக்கும் தெரியாமலே
பூட்டப்படலாம்
ஒரு துளி நீர்

ஒரு துளி நீருக்காய்
ஒரு பீப்பாய் பெட்ரோல்
தோண்டப்படலாம்
பள்ளமெங்கும்
மனிதக் கவுச்சி
வீசப்படலாம்

பருகாமலே வைத்திருக்க
பேழைகள் தேவைப்படலாம்
காட்சிப்படுத்திப்
பார்த்துக் கொண்டேயிருக்க

போர் செய்து மடியும்
பத்தாம் பசலித்தனம்
இனி இல்லையெனப்
பெருமைப்பட்டுக் கொள்ளலாம்
நீரின்றி மடியும் போது

நூல்களின் வாசம்

ஊரெங்கும் வலைத்தளம்
ஒவ்வொருவராய்
உள்ளே போவதன்றி
வெளியே வருவார்
யாரும் காணோம்

காலத்தைச் சுமக்க
படைக்கப்பட்ட
கணினி வலைத்தளங்கள்
இப்போதெல்லாம்
கழிவுகளைச் சுமக்கின்றன
அக்கழிவுகளை நோக்கி
காலம் பரிசளித்த
இளையோர் கூட்டம்

இங்கே
நூலகங்கள் மட்டுமன்றி
நூல்களும்
திறந்தே கிடக்கின்றன
அள்ளிக் கொள்ள
யாருமின்றி

கொள்வாரின்றி விரித்துக் கிடக்கும்
கடைகளாயிற்று வாழ்க்கை

ஊரும் ஆலமரமும்

ஆல மரத்தின் அடையாளம்
விழுதுகளென்று
சொன்னது யார்?

தொங்கிய விழுதுகளிலெல்லாம்
தூரியாடிக் களிக்கும்
பிள்ளைகளின் கூச்சலெங்கே?
அவற்றில்
அதிகார நாற்காலிகளே
இப்போதெல்லாம்
ஆடித் தொங்குகின்றன
சாலையோரம்
வெட்டுண்டு கிடக்கும் முன்னர்

தங்க நாற்கரச்
சாலையின் கரங்கள்
நீண்டு நீண்டு
வாரிக் கொட்டிய
பைசாக்களால்
அதிகார மையங்களே
அடங்கிக் கிடக்கும் போது
யாருக்கு அக்கறை
ஆலமரத்தின் விழுதுகள் மீதும்
அதில்
தூரியாடிய பிள்ளைகளின் மீதும்?

ஊரும் ஊரணியும்
அதன்
கரை மீது கம்பீரம் காட்டும்
ஆலமரத்தால்
அடையாளங் காட்டியவனைத் தேடு
மரத்துப் போன உயிர்களின் ஊராய்
அடையாளம் காட்ட
இனியாகிலும் பழகிக் கொள்ளட்டும்

நொண்டியடிக்கும் நதிகள்

உயிரற்று ஓடிக்கொண்டிருக்கின்றன ஆறுகள்
கால் நனைக்க
அருவருப்பும் உயிரச்சமும்

ஆற்றுப் படுகையெங்கும்
மணல் அள்ளும் வண்டிகளாய்
மாறிப் போனவர்கள்
தன் குழியில் தானே
மண் தள்ளும் வெட்டியான்களாய்
உடமைகளுக்காக
உயிர் விற்கும் வியாபாரிகளாய்
வெற்றி பவனி

ஆறு தேடி
மனிதர்கள் போக வேண்டியதில்லை
வெட்டப்பட்ட பள்ளங்கள் தோறும்
நொண்டியடிக்கும் ஜீவ நதிகள்
எங்கோ பயணிக்கின்றன
உலகத்தை விட்டு

கொஞ்சம் மாமிச வாடை
நிறைய குமட்டல்களுடன்
மண் பருக மாட்டாத நீர்
மனிதர்கள் பருக
புனிதக் கற்பிதங்களுடன்
இன்னும் ஆங்காங்கே
கும்மியடிக்கின்றன
என்னையும் உன்னையும் சேர்த்து

◈

கொஞ்சம் பசி! நிறைய கற்பு!

உடைந்த தாளக்கட்டைகளின் ஊடாக
தன்னையிசைத்த படி நகர்கிறான்
பார்வையற்றவன்
நைந்துபோன மூடாக்கால்
எதையும் மூடலின்றி
உடன் பயணிக்கிறாள்
பார்வையுற்ற மனைவி
எப்போது பருகியதோ?
இளமுலை மறந்து
அசதியில்
மார்புத் தொட்டிலில்
தூங்குகிறான் பிள்ளை
எதிர்ப்படும் யாரும்
குளிரூட்டப்பட்ட காரின் கண்ணாடி இறக்கி
'ச்சூ...' கொட்டவும் நேரமின்றிப்
பறக்கிறார்கள்
என்ன வேலையோ?
இன்றிரவும்
இவள் கற்போடிருக்கலாம்
ஏதாவது உண்டுமிருக்கலாம் இவர்கள்
பார்க்கலாம்...
நாளையும் விடியும் தானே!

கூடாரம் நுழையும் ஒட்டகங்கள்

கூடாரம் நுழைகின்றன
ஒட்டகங்கள்
அவற்றின் பெயரென்னவோ
வாயில் நுழையாத 'வால்மார்ட்'

இவைகள்
தழைகளைத் தின்பதற்கல்லாமல்
மனிதத் தலைகளைத் தின்னப்பழகியவை

கூடாரத்துள்
இருகாலும் ஒரு முகமும் தானே
இருந்து விட்டுப் போகட்டும் என்பார்
இனி
தாமே இல்லாமல் போகக் கடவுவதாகுக!

விவசாய உயிர்ச் சுமையும்
வியாபாரத் தலைச்சுமையும்
அந்த
ஒட்டகத்தைக் கட்டி
கண்ணீர்ச் சுமை கக்க
ஒட்டகங்களோ
தண்ணீருக்குப் பதிலாகக்
கண்ணீர்ச் சுவை பருகிப் பெருக்கும்

நிலத்தை
நீள் விசும்பை
காற்றை
நீர் நிலைகளைச்
சொந்தங் கொண்டாடி உழைத்தவர்கள்
ஏது மற்றவர்களாய்
இனி
எளிதில் வெளியேறலாம்
யாரை யாரும்
கேள்வி கேட்கும் முன்
முன்னனுமதிக்காய்
யார் யாரிடமோ
மண்டியிட்டாகி விட்டது
இனி
...இந்த ஒட்டகங்களிடமும்...

◈

பேச இடமில்லாதவள்

பிராந்திக்காக
அப்பாவும்,
ஒட்டுப் போடாத
ரவிக்கைக்காக
அக்காவும்,
சுருட்டுக்காகத்
தாத்தாவும்,
அங்குவிலாஸ் புகையிலைக்காக
அப்பத்தாவும்,
சீனி மிட்டாய்க்காக
அவ்வப்போது நானும்,
அதிகம் பேச வேண்டியதிருக்கிறது
அம்மாவிடம்.

பேச இடமில்லாததால்
அம்மா அம்மாவாகவே
தொடர வேண்டியதாகிறது.

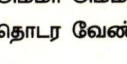

திசையெங்கும்

காற்றின் விசை
கடும் விசையெனக் கிளம்பிய
தீமையின் திசையெங்கும்
வாழ்க்கைச் சக்கரங்கள்
சுற்றிச் சுழன்று
அச்சொடிந்து கிடக்கின்றன

தோற்காத
சத்தியத்தைத் தேடி
அங்கொன்றும் இங்கொன்றுமாய்
நேர்மைக் கண்ணீர்த் துளிகள்
மற்றுமொரு முறை
இறவாமல் பிறக்க
யாரைக் கோருவது?

யாரோடும் இல்லை

இந்த மரம் வெட்டப்படுவதற்கில்லை
என்ற உத்தரவாதம்
ஏதுமின்றி
இறகு உதிர சிறகு முளைக்கவுமாய்
மரமெங்கும் பறவைகளின்
களிக் கூச்சல்

அந்திக் கருக்கலிலும்
தூர்வாரா குளமெங்கும் சுற்றி
வயிறொடு மனம் நிறைத்து
தாழ்வாரம் தட்டாத
சுவர் இடிக்காத
முடங்கிக் கிடவாத
வான்வெளி திறந்த
நெடிய முற்றத்து
சிறிய கூடடைந்து
இரவெங்கும்
அவை
படுத்ததும் உறக்கம்

சுற்றிலும் மனிதக் கூட்டம்
யாரும்
யாரோடு இல்லாமலும்
அவர்களோடு அவர்களே இல்லாமலும்

◈

மரம் எழுதும் கவிதை

எந்த மரங்களும்
கையேந்தி வரிசையாய் நிற்பதில்லை
மனிதரைப் போல

காற்றின் பக்கங்களில்
கிளைகள் எழுதும் கவிதைகளால் சிலிர்த்து
உழைப்பின் வேர்களை பூமிக்குள் இறக்கி
அடர்த்தியான பசிய இலைகளைச் சூடி
பூவும் பிஞ்சுமாய்
கர்வம் கொள்கின்றன
பிறர்க்குதவும் கிளைகளைப் பரப்பி

பின்
மண்ணின் எச்சிலை உண்டு
மண்ணையே எச்சிலாக்கும்
மனிதர்களுக்காகின்றன

அவை
நாளைக்கெனப் பதுக்குவதுமில்லை
இன்றைக்கென இடித்துக் கொள்வதுமில்லை

◈

கொல்லும் ஒரு சொல்

பண்ணரிவாள் பதம் போக
கள்ளிப்பால் பட்ட இடம்
சிகிச்சையின்றி கன்றிவிட
செருப்பின்றி வெந்து போன
விரல் இடுக்கில்
வெடிப்பு விழ
மழைக்கு முன்னே
பயிர்களுக்கு
மருந்தடிக்க பணமில்லா
நினைப்பு வந்து பயமுறுத்த
ஆன மட்டும் தோண்டிப் பார்த்தும்
நீரில்லாக் கிணறு பார்த்து
தலை சுற்றி நின்றவனுக்கு
போக்குக் காட்டி
புழுதி கிளம்ப பறக்கின்றன
விதவிதமான
தேர்தல் கால வண்டி வாகனங்கள்

குடிக்கக் கஞ்சி யில்லாதவன்
காதில் தைத்தது
எல்லாம் குடித்து விட்டுப் பேசியவனின்
"விவசாயி நம் நாட்டின்
முதுகெலும்பு"
என்ற வாசகம்

நகரங்கள் கிராமங்கள் ஆவதில்லை

ஒளிச் சூட்டில்
சிலிர்த்துக் கொள்ளும்
தேகக் காடாய்
பசுமை பொங்கும்
அதிகாலை வயல்வெளிகள்
அங்கொன்றும் இங்கொன்றுமாய்
சுறுசுறுத்த குருவியாடிகள்

குளம் நெகிழ
வழிந்தோடும் நீர்ச்சிறுக்கி
வரப்புயர புல்லுயர்ந்த
நுனியெல்லாம்
உருள் பனியாய் முத்துதிரும்
உலகின் இன்பம்

இளம் நாற்றுத் தலை தடவி
சிணுங்கிச் சிதறும்
நடனத் தென்றல்,
நண்டுக்கும் நத்தைக்கும்
போக்குக் காட்டும்
அதன்
சிலந்திவலைச் சிற்றாட்டம்

நீர் தொட்டுத் தவழும்
மரக் கிளைகள் ஊடாடி
இழுத்தணைக்கும் காற்றின் களி
அது கண்டு
வெட்கமாய்க் குபீரிட்ட
கொக்குக் கூட்ட சிறகசைப்பு

இரவின் குறி தீர
முடியவிழ்த்து நீரில் மூழ்கும்
இள மகளிர்
நாணக் குளியல்
நேற்றுப் பழகிய

நெடுநீச்சல் நிஜம் காட்ட
வரப்புத் தாவும் சோட்டுக்காரன்
உடன்
கால்சட்டை கழன்றொழுக
ஓடிச் சேரும் உடனாளி

கரையோர ஆலமர விழுதேறிக்
குளம் அலறக் குதித்துக் கலக்கும்
சிக்கட்டான்கள்
அந்த
நீர்ச் சுழலில் கால் இழுத்து
போக்குக் காட்டும்
விடலைப் பையன்கள்

அல்லிமலர் இதழ்தடவி
கவ்விக் கரையேறும்
இளவட்டக் குறும்புள் வீழ
கை நீட்டும்
மட மயில்கள்

நீர்க் கோழி முக்குளிப்பான்
தடந்தவறிய பதற்றத்தில்
ஒருவன் மேலேறி
ஓடிப் பறந்த கண்காட்சி

இன்று வரை...
விற்பனைக் கடிதடங்கள் ஏதுமின்றி
புலர்கிறது
அந்தக் கிராமத்து சிறுகாலை!
நாளை எப்படியோ?

நகரங்கள் ஒருநாளும்
கிராமங்கள் ஆவதில்லை
ஆனால்
மானுடப் பெருநெருப்பு
கலைத்துப் போட்ட
கிராமங்கள் யாவும் நகரங்களே!

◆

காத்திருப்பின் தடயங்கள்

எப்படிச் சொல்வேனடி தோழி?
உனக்காகவே
நான் அதிகம் காத்துக் கிடப்பதாய்
அவ்வப்போது நீ
புளங்காகிதம் அடையும் போதெல்லாம்...

மொட்டுவிட்ட
தட்டாஞ் செடிகளில்
பிஞ்சு விட்டுக் காய்க்கும் வரை
காத்துக் கிடந்து கிடந்து
நாவூறப் பறித்துத் தின்றதை

கட்டாப்பு எங்கும்
காய்த்துத் தொங்கிய
கொடிக்காய்ப் புளிகளைத்
தோட்டக்காரன் தலைமறைய
காத்துக் கிடந்து கிடந்து
கண்பூத்துக்
களவாடித் திரும்பியதை

இச்சி மரப்
பொந்தொன்றில்
பூத்துக் கிளம்பிய
கிளிக் குஞ்சுகளின்
சிறகசைப்பை
காத்துக்கிடந்து கிடந்து
பார்த்துக் கிறங்கியதை

ஒட்டுக்கக் குதிக்க
ஒரு கூட்டம் நண்பர்கள் இருந்தும்
அவளோடு
ஊசிமடையில் சேர்ந்தே குதித்து
நீந்திக் குளிக்க
காத்துக் கிடந்து கிடந்து
பின்
குளம் இரங்கற்பா பாட
வழியின்றித் துவண்ட நாள்களையும்...
இன்னும் பிறவுமாய்
உள்ளேயும் வெளியேயும்
சிதறிக்கிடக்கும்
காத்திருப்பின் தடயங்களை
மனம் தடவி
எப்படிச் சொல்வேனடி தோழி?

வேற்றுக் கிரகவாசிகள்

சொல்லுக்குச் சொல்
உறைந்து கிடந்தன
சொல்லியவனின் மரணம்
எதிரே
வாழ்வதாகச் சொல்லிக் கொள்ளும்
அதிகார பிணங்கள்
இளிக்கத் தெரிந்தால்
மரியாதையென்று இவர்களுக்கு
சொல்லித் தந்தார்?

மனதில் சூட்டப்பட வேண்டிய
மரியாதையைத்
தோள்களில்
சூட்டிக் கொள்ளத் துடிக்கும்
இவர்கள் யார்?

ஒரு இளிப்பிற்காக
ஏங்கித் தவிக்கும்
இவர்களெல்லாம்
எந்தக் கிரகவாசிகள்?

காலனும் கறையானும்

பழைய பரண்களில்
யார் வீட்டிலும் தூங்கிக் கிடக்கலாம்
புகையேறிப் போன
புகைப்படங்கள்
எங்கள் வீட்டிலும்
பொக்கிஷமாய் ஒன்று...
ஆவலோடு
துடைத்து எடுத்தவனுக்கு
அப்பத்தாவின் முகம் மினுமினுப்பில்
தாத்தாவின் முகம் படபடப்பில்
அப்பாவின் முகம்
புன் சிரிப்பிலுமாய்
நானறியா
அம்மாவின் முகம் மட்டும்
செல்லரிப்பில்

காலனுக்கு மட்டுமல்ல
கறையானுக்கும்
பிடித்திருக்க வேண்டும்
அம்மாவின் முகம்

◈

உப்புசமும் ஊமைக்காயங்களும்

அழகிய விசக் குப்பிகளோடு
குழந்தைகள் மட்டுமல்ல
அறிவாளிகளும் விளையாடுகிறார்கள்
அணுவைக் கொஞ்சி
ஜாடிகள் உடையாது
சாத்தான்கள் வெளிவராது
என்பதைச் சொல்ல
நிறையப் படிக்கிறார்கள் இவர்கள்

ஊதிப் பெருத்த
ஊமைக் காயத்திற்கும்
உப்புசத்திற்கும்
பேதம் அறியாதவர்களைப்
பெரிய பதவிகள் ஏற்றதால்
இப்போ
அணுத்திரள் இனித்திருக்கும்
பின்
அதன் அழிவுக்குள்ளும்
இவர்கள் வாழ்வு சுகித்திருக்கும்

கரைமீறிய நீர்
கார் கால இடி முழக்கம்
நிலம் பிளந்த நீள் மூச்சு
எதிரி நாட்டு ஏவுகணை வீச்சு
எதுவும்

அரசியல் வாய்பார்த்து நிற்பதுமில்லை
வந்த பின்
அழிவின்றி மீள்வதுமில்லை
எனச் சொல்பவனைத்
தேடிப்பிடி!

இலை
அரும்பு
மொட்டு
பூ
பின் சருகென ஆவானேன்
மரம் சருகுகளாகவே
பிரசவித்து விட்டுப் போகட்டும்
ஆகையினால்
நாட்டின் அழுக்கை
அணுத்திரள் வாங்கிக்
கழுவுவோம் வாருங்கள்

கொஞ்சம் கையையும்
சிறுகக் காலையும் இழந்தென்ன
இழவெடுத்த
மனித குலத்தை இழந்திடுங்கள்
எதிர்காலத்தை வாங்கலாம்
வாருங்கள்
அணுத்திரள் வாங்கலாம்

◈

அப்புச்சியைத் தேடி

நவீனத் தச்சர்கள்
பம்பரங்களும் பாதரட்சைகளுமாய்
செய்து குவிக்கிறார்கள்
கலப்பையை மறந்து
கோமாளிகளின்
கைகளில் பம்பரங்களும்
கால்களில் பாதரட்சைகளுமாய்
கூத்தாகிப் போனது உலகம்

எப்போதோ செய்த
கலப்பைக்கும் மேழிக்கும்
காசு வாங்க மறந்த
பாட்டனின் மரணத்தை
சொல்லிச் சொல்லி
மாய்ந்து போக
பாட்டியும் இல்லை
கையிடுக்கில் உளியும்
காலிடுக்கில் கோவணமுமாய்
அறம் வளர்த்த
அப்புச்சியும் இல்லவேயில்லை

ஆனாலும்
மக்களெல்லாம்
பம்பரங்களோடும் பாதரட்சைகளோடுமாய்
கூத்தாகிப் போனது உலகம்

◆

முறுவலற்ற தருணத்தில்

ஒரு தாவுதலில்
உலகைத் தொட நினைத்து
என்னைத் தொட்டது
பேருந்தின்
முன் இருக்கைக் குழந்தை

சின்னதாக
முறுவலித்திருக்கலாம் தான்
மறுதலித்த என்னை
லாவகமாகத் தவிர்த்து
மற்றோர் உலகம்
புகப் பாய்ந்தது அந்தப்பூ

பூ பூவாகவே இருக்க
மறுதலித்த எனக்கு
கருகியே கிடந்தது
எனக்கான நந்தவனம்

உள்ளீடுடன் ஒரு வெறுமை

மார்கழியில்
பிறர் கொல்லை மறைவிலிருந்து
காய் திருடக் கற்றுத் தந்தவன்
திருடுவது இனிதென்றான்

சொக்கலால் பீடியும்
சுரக்காய்க் கொடி பற்றவைப்புமாய்
வாய் வைக்கப் பழக்கிய
விடலை
புகைப்பது இனிதென்றான்

பள்ளி நாளில்
புத்தகப்பை பதுக்க
இடம் பார்த்துத் தேர்ந்தவன்
சுற்றுவது இனிதென்றான்

குதித்து நீர் கலக்கி
குளம் அலறக்
குளிக்கையிலே
எல்லாமே இனிதென்றான்,
பயந்தோடிய பாம்பையும்
மிரண்டு மூழ்கிய
நீர்க் கோழியையும்
மீன் கடித்த உறுப்பு தடவிய
நண்பனையும்
இன்னும் பிறவும்...
காட்டிச் சிரித்த
எஞ்சோட்டுக்காரன்

பின் எப்படி
வெறுமையாயிற்று?
எல்லாவுமாய் நிறைந்து சுற்றும்
பூமிப் பந்து!

நாப்கின் விற்பவள்

ஒன்றுக்கு ஒன்று
இலவசமாய்
பன்னாட்டு நிறுவன
'நாப்கின்' விற்பவள்
கதவைத் தட்டும் போதெல்லாம்
நினைவில் வருகிறது
அம்மாவின் சேலைக் கிழிப்பும்
அதை
கசக்கிக் கட்டும்
அக்காவின் அவஸ்தைகளும்

நான் நானில்லை

மௌனத்தோடும்
மலினத்தோடும்
வாழ வேண்டியிருப்பது சரி
அவ்வப்போது
உள்ளே விழித்துக் கொள்ளும்
மிருகத்தோடும்
வாழ வேண்டியிருக்கிறது
இப்போதும்
நான் நானில்லை

உயிர் வடியும் ஓசை

கள் வடிகிறது பூக்களில்
காமம் வழிகின்றது மனதில்
சாலையோர வனப்பையும் தாண்டி
உயிர் வடியும் ஓசை
இடைவிடாது கேட்கிறது கடல் கடந்தும்

இனி...
காதலும் காமமும்
கடைச் சரக்காய்ப் போகட்டும்
அவை
அழுகி நாற்றமெடுத்தும் போகட்டும்
அமைதியைத் தழுவிட
அனுமதியற்ற தருணங்களில்
கவிதைக்கென்ன வேலை
இருந்து விடப் போகிறது?

மற்றுமொரு காலை வேளையில்
மலர்களோடு சஞ்சரிக்கும் போது
உயிர் வடியும் ஓசையும் மங்கி
ஓர்
இனம் வடிகிற ஓசையின் ஓலம்
என்ன சொல்லித் தேற்றட்டும்
என்னை?

அடைமொழிகளோடு
மொழி ஒடுங்கப் பார்த்தவன்
நியாயங்களைச் சட்டங்களால் தின்றவன்

தனக்காகத் தன்னினம் புதைத்தவன்
என
ஒரு பெருங்கூட்டத்தின் நடுவில்
மலர்களைக் கொஞ்சி
என்ன செய்துவிடும் கவிதை
எலும்பும் நரம்பும்
எந்திரங்களாகிப் போய்
பேரின வாதத்தின் சாயலை உடைக்குமெனில்
அவையன்றோ
நமக்கான கவிதை

தனக்கான ரத்தமும் நிணமும்
தெறிக்கிற தெளிவில்
ஓர்
இனத்தின் விடியல் தென்படுமாயின்
அவை தானே
கவிதையின் கவிதை

எலும்பும் நரம்பும்
ரத்தமும் நிணமும்
எல்லோருக்கும் உண்டு
ஆனால்...
எப்போது வரும்
ஓர் இனத்தின் விடியலுக்கான
கவிதை?

உள்ளம் கலக்கிய உடல் மரங்கள்

உதியமரம் உத்திரமானது
வாகை மரமோ வண்டியானது
ஆதி மரமேயாயினும்
போதிமரம் புத்தோடு
ஐக்கியமாகி
பின்
அறிவுலக அஸ்திரமானது,
மனித மரம்
உள்ளம் கலக்கிய
உடல் மரங்களாகி வீழ்ந்த போது
அவை வீசிப் போயின
எரிந்த போதும் தூசியாயின
பெருத்த உடம்பு விட்டு
புகழுடம்பு எய்தினார் கேண்மை
மீண்டும் மீண்டும்
பேசப்படுவதாகட்டும்.

இசை தேவனின் ஆலாபனை

வலி நிறைந்த வேளை ஒன்றில்
காற்றின் அணுத்துகளாய்
மாறிப்போன
இசை தேவனின் ஆலாபனை
உயிர்ச்செடி நனைத்து ஒழுகுகிறது

தாயின் தாலாட்டெங்கும்
ஊடாடும்
மழலையின் பிதற்றலால்
நிறைகிறது பாடலின் சுருதி
பின்
நிறைந்து தழும்பிக் கசிகிறது
கல்லெறிந்த இசையுடனான
என் மனக்குளம்
வாழ்வின் அயர்வுகளை
அசரடிக்கிறது
இசையுடன் இசைந்த மனம்
உள்ளொளியின் வீரியமோ
பாதரசக் குழாயென

என்னுள்
ஏறிச் சரிகிறது

தூளிகளின் அசைவில்
வயல்வெளி உழைப்பில்
மேடைகளின் லாவகத்தில்
ஒப்பனையற்ற ஒப்பாரிகளில்
பிரவகித்த
பாடல்களின் சுரங்கள்
ஒளிய மனமின்றி
உடற் செடியெங்கும்
பூத்துக் கிளம்புகின்றன
நம்பிக்கைப் பூக்களாய்

இன்றுபோல்
என்றும் பாடுவேன்
இனிய ராகமொன்றின்
முகவரியை
என் வாழ்வின் தெருக்களில்
அதை...
கேட்பவர் கேட்பாராக

◈

யாரோ போட்ட சாலைகள்

இப்போதெல்லாம்
தார் போர்த்திக் கொள்ளும்
முன்னரே
ஊழல் போர்த்திக் கொள்கின்றன
ஒட்டுப் போட்ட
சாலைகளெல்லாம்

அவையென்ன அகிம்சாவாதியா
அடங்கிக் கிடக்க?
முரட்டுத் தார் போர்வை கிழித்து
கோர முகம் காட்டி
பல்லிளிக்கின்றன
மழைக் காலத்து சிறுதூரலில்

நவீன ராமர்கள்
அதிகார பவனியில்
இந்த
காலடி அகலிகைகளுக்கு
சாப விமோச்சன மன்றி
சல்லாபிக்கிறார்கள்
கமிஷன் வெட்டி

பள்ளங்கள் சிறியவைகள்
ஆனால்...
அதன் அகோரப் பசி
வைகை தேடிய குண்டோதரனாய்
அள்ளி விழுங்குகின்றன
ஒதுக்கீடுகளை
கொஞ்சமும் வெட்கமின்றி

நகரத்துச் சாலைகள்
ஆன மட்டும் அள்ளிக் குடிக்கின்றன
மனிதர்களின் ரத்தத்தை வரிகளாக்கி

கிராமத்துச் சாலைகளோ
ஒட்டுவதேயில்லை
பூமியின் மீதும்
மக்களின் மனங்களின் மீதும்

◈

கள்ள மௌனத்தில் கடவுள்

உடுக்கடியின் உக்கிரத்தில்
முண்டாசு இறுக்கத்தில்
மீசையின் முறுக்கலில்
ஆங்கார வெறிப்பில்
தலை உலுக்கிய காட்டுக் கத்தலில்
வராத பேய்...
வந்தமர்ந்தது உடுக்கடிப்பவன்
வயிற்றுப் பையில்
மானுடர்க்கு குறிசொல்கிறான்
தன்
வயிற்றுப் பேய்க்கு
வழி சொல்ல மாட்டாதவன்
சாராயம் வழிகாட்ட
மானுடத்தின் வழியே
கடவுளுக்கும் கட்டளையிடுகிறான்
கோடாங்கிக்காரன்

கள்ள மௌனத்தில்
கடவுள் சிரிக்கிறார்
பசி, பிணி, குறி,
உடுக்கு, உருள் பாவங்களின்
சூத்திரதாரி தானென்று.

பகாசுர மூத்திரம்

தன் போக்கில் குதித்தோடி
உயிரில் கலந்த தாமிரபரணி நன்நீர்
கண்கட்டி கசக்கிச் சேர்க்கப்பட்ட
வேதி உப்போடு
மாய்மாலம் புரிந்து
பன்னாட்டுப் பகாசுர மூத்திரமானது
உயர் விலையில்
அதன் பெயரென்னவோ...?
பெப்சியும் கோக்குமாம்

கையில்...
உழைப்பின் காசுகளோடு
மூத்திரம் குடிக்க
பாரம்பரியக் கூட்டம்
அலைமோதும் வேகத்தில்
கிழவியர் குமரியராய்
கூனர்கள் பறப்பவராய்
வான்வெளி துப்பிய
தொலைக்காட்சி விளம்பர முகங்கள்
பல்லிளிக்கின்றன
பல கோடி பரபரப்பில்

தோலுரிக்க ஆளின்றி
ஒவ்வொரு வீட்டின்
கூடங்கள் தோறும் விரிகிறது
இந்த
பகாசுர மூத்திரங்கள்

◈

கேட்பாரற்ற வானம்

மண் மீது
விண் பார்த்து நின்ற
சின்னஞ்சிறு கண்ணொன்றுக்குள்
சிக்குண்டு போனது
வட்ட வடிவ வானமொன்று

நேற்று
தடம் தப்பிய பறவையொன்றின்
சிறகசைப்பில் சிலாகித்து
இன்று
எட்டடுக்காய் எகிரி நிற்கும்
கட்டிடங்களால் கிழிபட்டு
நாளைய விபரீதங்களை
மென்று தின்ன முடியாமல்
நார் நாராய்த்
தொங்குகிறது
கேட்பாரற்ற வானம்

◈

நகரத்துப் பசுக்கள்

மறந்து போன கொம்புகளுடன்
மண்டையாட்டிப் பிழைத்தன
நகரத்துப் பசுக்கள்
சமூக மாற்றத்தின் மீது
சீற்றங்கொள்ளக் கொம்பிருந்தும்
தீயின்றிக் கருகிக் கிடக்கும்
காங்கற்ற பீடியின் முனையாய்த்
தெரிந்தன அவை

◈

ஒளிந்துறையும் காலம்

காகிதக் கட்டுகளுக்குள்
ஒளிந்து கிடந்தது
காலம்
மேல் கீழ் அற்று
வலது இடது கெட்டு
பொருமிச் சரிந்து கிடந்தது
அது

சூத்திரங்களால் சூன்யமாக்கியும்
பட்டங்களால் பகட்டாக்கியும்
காலம்
கனியக் கனிய
ஒளிந்து கிடந்தது
காகித கட்டுகளுக்குள்

பின்னர்
கையில் கொடிகளோடு
சிலரும்
வாயில் பொய்மையோடு
பலரும்
காலத்தின் முகத்தில்
கரி பூசிக் கொண்டிருந்தனர்

விசும்ப முடியாத
காலம்
வரலாற்றுப் புரட்டுக்கும்
வாழும் புரட்சிக்குமாய்
மனம் அலைய
வாளாதிருந்தது பேந்தப் பேந்த

◆

வேர்களில் பதுங்கும் கண்ணீர்

மார்புக்குப் பத்தாத
மாராப்புத் துணியோடு
அவ்வப்போது
மல்லுக்கட்ட வேண்டியதாகிறது
கரி மருந்துக்காரனின்
கைகளுடனும் கண்களுடனும்
எண்சாண் உடம்பில்
ஒருசாண் பிறாண்டலுக்காக
கூனிக் குறுக வேண்டியதாகிறது
பிற ஏழு சாண்களுடனும்

கரிசல் காட்டில்
கூலிக்கு ஏங்கிய
அப்பத்தாவின் அழுகை
அளக்கப்படாதிருக்கலாம்
அம்மாவின் கண்ணீர்
இங்கு
ஏதாவதொரு வேப்பமரத்தின்
வேர்களில் பதுங்கிப்போயிருக்கலாம்
இப்போ
என்னுடையதும்...

சாணிப்பால் தெளித்த
முற்றங்களின் ஈரமும்
சில
சண்டாளப் பார்வையின்
பிசுபிசுப்புக்களும்
சடுதியில் காய்வதேயில்லை
இங்கே

அரிதாகிப் போன
மழைக்கு அழுகின்றன
கம்மந்தட்டைகள்
தத்திப்பித்தி பால் பிடிக்கப் பார்த்தால்
குருவிகளுக்கு மட்டும்
கொண்டாட்டமாய்.

◈

பெருங் குரைப்பு

நாய்கள் குரைக்கும்
நகரத்துத் தெருவொன்றில்
'டாஸ்மாக்' குரைக்கிறது
கடிவெறி தீர்ந்த பின்னும்
குடிவெறி பரப்பும்
விலங்குகளின் கூடாரமாய்க்
குரைக்கிறது

விடிந்த போதும் விடாது
திறந்த போதும் அகலாது
மூடாத கதவுகளை
எள்ளி நகையாடிய படி
குரைக்கிறது

தந்தையரின் கௌரவத்தைத்
தாயாரின் இதயங்களை
மனைவியரின் தாலிகளைக்
குறி வைத்தபடி
உள்ளிருந்து கடித்துக் குதறும்படியான
குரைப்பு இது

சொந்தங்களைத் துரத்தி
சுவடுகளை வீதி விட்டு
தாம்பத்யத் தகுதி விற்க
விலை கொடுக்கும்
பெருங் குரைப்பு

கரை உடைத்துப் பிரவகிக்கும்
தேசத்தின் வளர்ச்சிப் பாதைகளே
சிக்கிக் கொள்ளும்
புள்ளிகளின் ஊடே
விரிவடையும்
வக்கிரக் குரைப்பு

சீ! போ! வென
யாரை யார் துரத்துவது?
இது
இருகைகள் தீண்டிய காமம்
கோப்பையைத் தீண்டிய கலவி
பின்
உதடுகள் தீண்டிய கருகல்கள்

வாழ்கிறார்கள்

கைகள்
கனக்க கனக்க
அள்ளிக் கொண்டிருக்கிறார்கள்
வாழ்க்கையை
அச்சேற்றப்பட்ட
ரூபாய் நோட்டுக்களுடன்

தடுமாற்றங்கள்
சகிக்கப்படாததால்
மீண்டும் தடுமாற்றங்களால்
அளக்கப்பட்ட வேண்டியிருந்தது
ஒவ்வொரு நாளும்

இரையெடுத்துப் பின்
பொந்துக்குள் நுழைப்பவர்களாய் இல்லாமல்
இரையெடுக்கப் பொந்துக்குள்
நுழைவதாய் இருந்தது
இந்தப்
பாம்புகளின் வாழ்க்கை

சப்பைகள்
தேயத் தேய
உருள வேண்டியிருந்தது
தகவல் தொழில் நுட்ப
பெருவெளிக்குள்
இளமை வாகனங்கள்

ஏற்ற வேண்டியதை
இறக்கியும்
இறக்க வேண்டியதை
ஏற்றியும்
கிறங்கிப் போக வேண்டியிருந்தது
சந்தைப் பொருளாதார
ஆரக்கால்களுடன்
பொருந்திப் போகாத

கிழட்டு வண்டிகள்
யாரும் எதையும்
விற்கலாம் அல்லது வாங்கலாம்
இழவெடுத்த
இதயங்களோடு மட்டும்
பெருந் தொல்லையாகிப் போனது
வாழ்க்கை
வாங்க ஆளின்றி

◈

சிறுவனும் சப்பாத்துக்கல்லும்

நீர் சிலுப்பும் குருவிகளின்றி
சிறகுலர்த்தும் காக்கைகளின்றி
கவிழ்ந்து நீர் கவ்வும்
கரிச்சான்களின் பாய்ச்சலின்றி
மேழி கழுவுதலின்றி
மாடுழக்கும் தாம்புகளின்றி
முழங்கால் சேறு துடைத்தேறும்
மாதரிள நகையுமின்றி
கால்சட்டை கழலுமுன்
பாய்ந்து நீரில் விழும் நட்புமின்றி
காய்ந்தே கிடந்தது நதியின்தடம்

அங்கே...
கரையோரத் துவைகல்லின்
அடி அண்டிக் கிடந்தது
கடந்தமுறை
தவளையாய்த் தத்திப் பாயவிட்ட
சிறுவனின் சப்பாத்துக்கல்.

◈

கலைந்த கூடு

பறவையின் கூடொன்று
வீதியில் கிடக்கிறது
அது...
சுள்ளிகளால் ஆனதல்ல
இலை தழைகளாலும் ஆனதல்ல
குஞ்சுகளின் சிறகு கோதி
சேமித்த உணவை உள்ஊட்டி
சுகித்திருந்த தாய்ப் பறவையின்
அன்புப் பின்னலின்
தடயத்தால் ஆகியது.
குஞ்சுகள் பெரிதாகி
வலசை போயினவோ?
எதையும் பதுக்கத் தெரியா
சிறிய சிறகுகளால்
தாவிக் கிடந்தனவோ?
மேல், கீழ் அற்ற
பெருவானின் மகளாய்
தாய்ப் பறவை எங்குற்றதுவோ?
நானறியேன்
ஆனாலும்,
பறவையின் கூடொன்று
வீதியில் கிடக்கிறது.

தேசம் அதன் போக்கில் பறக்கிறது
பறவையின் வாழ்வு
வரலாறாவதில்லை என்ற
எகத்தாளத்தின் அடையாளமாய்ப்
பறவையின் கூடொன்று
வீதியில் கிடக்கிறது.

◈

இரண்டாவது நடுகல்

கழுத்து திருகி பிசகிக் கொண்டதால்
தப்பித்தவனானேன்
தலைவனுக்காக உயிர்விட
நேரம் குறித்த போது

செதுக்கப்பட்ட நடுகல்லை
வீணாக்க மனதின்றி
மண்ணில் புதைக்கச் சொன்னார்கள்
வரலாற்றுப் புரட்டுகளின் மீதுதான்
எத்தனை நம்பிக்கை இவர்களுக்கு?
பெருவெளி நாண தீக்குளிக்க
உள்குத்தை வெளிக்குத்தாக்கி
ஓங்கிக் கத்தி விசம் அருந்த
இப்போதெல்லாம்...
டோக்கன் வழங்கி
ரிப்பன் வெட்டி
வரிசை கட்டும் தொண்டர்கள் மத்தியில்
நானும் ஒருவனாகிப் போனேன்
வரலாற்றுப் பிழைகளின் மீதான
நம்பிக்கையில் துளிர்க்கிறது
எங்களுக்கான அரசியல்

தலைவா...
ஈரம் காயாத
எனது மரணத்தின் போலிமை மீது
எப்போது நடப்படும்
இரண்டாவது நடுகல்?

உயிர் அரவம்

ஒரு பெரு வெடிப்புக் காலத்தில்
விண்ணும் மண்ணுமற்ற
மாயச் சூழலில்
யார் பால் குடிக்கப்
பிறந்தேனோ?
கருவின் சிசுவன்றி
சிசுவின் கருவாய்
நீலம், கருமை, சிவப்பு,
மஞ்சள், பச்சையென
என்
விரல்கள் எண்ணிய
வண்ணங்கள்
யாருடையவையோ?

அடர் புதர் வனாந்திரங்களின்
பல்கோடி உயிர் அரவப்
பரிணாமத்தில்
எவை என் மூதாதையின்
நீட்டிப்போ?
உள்ளேயும் வெளியேயும்
அகன்ற வெளியூடே
எந்தப் பட்டாவில் என்வீடோ?

கூட்டிய சொந்தங்களும்
உதறிய பந்தங்களும்
பூமியெங்கும் இரைந்து கிடக்க
மீண்டும் வருவேன்
எங்கேயும்! எப்படியும்!

◈

சொல்லவுமில்லை கேட்கவுமில்லை

நேற்று ஒரு
கனவு கண்டதாய்ச்
சொன்ன அம்மா
அதை விளக்கவுமில்லை
அப்பா அதற்கு
காது கொடுக்கவுமில்லை

அம்மாவுக்குப் பிடித்ததை
இல்லத்தில் வைக்க
ஓடிக் கொண்டிருந்தான்
பெரிய பிள்ளை
அப்பாவின் படுக்கையைச்
சரி செய்து கொண்டிருந்தான்
இளையவன்

கைச் செலவு
பரிமாற்றங்களுக்குத்
தாராளங்காட்ட
தயவு காட்டினாள்
ஒரு மாட்டுப் பெண்
பொங்கல்
தீபாவளிக்கு
வந்து போக
வாக்குக் கொடுத்தாள்
மற்றவள்

தின்பண்டங்களோடு
பொட்டலமிடப்பட்டார்கள்
அம்மாவும் அப்பாவும்
நாகரிக
முதியோர் இல்லத்திற்கு

இப்பவும்...
நேற்று ஒரு
கனவு கண்டதாய்ச்
சொன்ன அம்மா
அதை விளக்கவுமில்லை
அப்பா அதற்கு
காது கொடுக்கவுமில்லை

◈

வாமன நீதி

வாமனர்கள்
எப்போதும்
கொடையாளிகளையே
குறி வைக்கிறார்கள்
மகாபலி!
நீ அதற்கு
மற்றுமொரு பலி!

சனாதனம்...
சண்டையிலும்
சூதை ஏற்கும்
உடல்கறை போக்க
வேள்விகள் நடத்தும்
மனக்கறை மறைத்து
மாய்மாலம் காட்டும்
உலகம் ரெண்டு பட
இடை புகுந்து சிரிக்கும்
உழைக்காமல் உண்ணும்
அநீதியை
உருவாக்கி நிலை நிறுத்தும்
பாபச் சேற்றை
கூசாமல்
சக மனிதர் முகத்தில் பூசும்
மனு அதர்ம
பால பாடம் நடத்திக் காட்டும்
முகம் பெற்ற பிள்ளைகளாய்
வெட்கமின்றி
கால் பெற்ற பிள்ளைகளை
நத்திப் பிழைக்கும்
பின் எத்திப் பார்க்கும்

உழைத்துப் போக வேண்டிய
உயரங்களை
சத்தமின்றி
சப்பாணியாய் இருந்து
சாதித்துக் கொள்ளும்
பழையன மாற்றிப் பேசும்
புதியன கேலி செய்யும்
சாதியற்ற சமூகம்
எதுக்கென
கபடம் ஆடும்.

நதியின் தடம்

ஓசைகளற்றதாய் நதி
ஆரவாரங்களுடன் கரைகள்
பட்டினிகளால்
மனிதக் கவுச்சிகள்
பரிமாறப்பட்டும்
விதைக்கப்பட்டும்
பிடுங்கப்பட்டும்
கரைகளே அலைமோதிக் கொண்டன

குடலுருவி
சுத்தம் செய்யப்பட்ட
வயிற்றினும் பெரிதாய்
திறந்தே கிடந்தது
நாறிப்போன நதி.

மரங்களின் உலகம்

கிளைகளை அசைக்கும்
காற்றுக்கும் தெரியாது
வந்து செல்லும்
பறவைகளுக்கும் புரியாது
நீரின்றி உள்வாடிக் கிடக்கும்
வேர்களின் வேதனை
ஆனாலும்...
காற்றுக்கும் தலையாட்டி
பறவைகளுக்கும் இடங்கொடுத்து
மரம் மரமாய்த் தொடர்கிறது

ஒரே ஒரு ஊரிலே

தாத்தாவின் பொம்மையாய்ப் பாட்டி
பாட்டியின்
சமையலறைச் சட்டியாய் தாத்தா
தூசி படியாமல் பொம்மையை உருட்டி
தாத்தாவும்
அவ்வப்போது சட்டியை நொங்கெடுத்தவாறு
பாட்டியும்
பிள்ளையில்லா குறைகளைந்து
பூத்த வாழ்க்கையில் அவர்கள்

பாட்டியின் சுருக்குப் பையில்
தாத்தாவின் பார்வை நுழையும்
கை நுழையாது
தாத்தாவின் வங்கிக் கணக்கோ
பாட்டியால் வற்றாதிருக்கும்

"பணத்தின் மீது
பாசி படியுதடீ!" என்பார் தாத்தா
"பொல்லாத
பணத்தின் மீது தானே
உங்கள் மீதல்லவே"
என்பார் பாட்டி

பல்லிருந்த போது
முத்தம் கொடுத்த வாய்
பல்லின்றி அடங்கிப் போனதை
வருந்திச் சொல்வார் தாத்தா
ஆழ்கடலாய் காட்சி தருவாள்
பாட்டி

ஒன்றில் ஒன்றாய்
ஒன்றுக்குள் ஒன்றாய்
தாத்தாவும் பாட்டியும்
ஓங்கிச் சொன்னார்கள்
வாழ்க்கையை

◈

நாய்களை தின்னும் சாலைகள்

நாய்களை தின்கின்றன
நான்கு வழிச்சாலைகள்
ஈவிரக்கமின்றி!
நேற்று வரை
சிறுநீர் கழித்து
பிணையோடு ஓடி விளையாடிய
காடுகளெங்கும் சாலைகளானதால்
வேற்றுக்கிரக வாசிகளாகி
மிரண்டு
சாகின்றன நாய்கள்
பறக்கும் சக்கரங்களுக்கிடையே...

இடைத்தட்டு மக்களின்
பைகளைச் சப்பி உறிஞ்சி
தன்னை மினுக்கிக் கொள்ளும்
நான்கு வழிச் சந்திப்புகளோ
ஏழைகளை எட்ட விரட்டி
தண்டல் போட்டு
சாமான்யர்களை குப்புறத்தள்ளி
சந்தைப் படுத்துகின்றன
உன்னையும் என்னையும்
பன்னாட்டுப் பகாசுரன்களிடம்

காடுகளும் கழனிகளும்
கழற்றப்பட்ட பூமியில்
மண்ணின் கற்புக்கும்
மரணிக்கும் நாய்களுக்குமாய்
மன்றாட வேண்டியதாகிறது
யார் யாரிடமோ

பூமியை விற்பவள்

மற்றுமொரு விற்பனையில்
காணிகளுடன்
உன்னையும் சேர்த்துக்கொள்
பின்
எப்படித் தெரியும்
நிலத்தின் மதிப்பு அவர்களுக்கும்
உனது மதிப்பு உனக்கும்

மேய்ச்சல் நிலம் மூடிய
காங்கிரிட் காடுகள்
பார்த்து முறைக்கும்
மாடுகள்
முறைத்து விட்டுப் போகட்டும்

உனக்கும்
எனக்குமான
ஆறடி போதும்
பணம் பாயும் பாதாளம்
அருகில்
மிக அருகில்

சீக்கிரம்
விற்று முடி
இன்னும் நிறைய
கிரகங்கள் உண்டு காண்!

காணாமல் போன நதி

ஆறு வயதிருக்கும்
அம்மா மண்டபக் கரையிறங்கிக்
கையிரண்டால் அள்ளி
காவிரியில் விட்டதாக ஞாபகம்
ஒரு கைப்பிடி நீர்

அன்று
அதில்...
அணையிருந்த சிறைத் தழும்புகளில்லை
ஆணையிட அரசுகளுமில்லை
கர்நாடக வாடை அறவேயில்லை
இருட்டும் வரை
என்
கைகளில் இருந்துவிட்டு
இறக்கிவிடச் சொன்னதால்
அடிபடாமல்
மெல்ல இறக்கிய கைகளில்
நழுவிக் கலந்த
நதியோட்டம் தெரியும்
அந்த
நாளும் கிழமையும் ஞாபகமில்லை

எங்கே போனதோ

என் கை நீர்
எப்படிப் போனதோ
கடலுக்குள் போனதோ
முற்றி விளைந்த
யார் வீட்டு நெல்லுக்குப் போனதோ
மரங்களின் வேர் தொட்டு
மல்லுக்குப் போனதோ
மண்ணுக்குள் மாய்ந்து ஈரமானதோ

ஊற்றாகிப் போனதோ
நடவும் செய்த
நாற்றாகிப் போய்
அதன்
பசுமையில் நின்றதோ
அள்ளிச் சென்ற
கலயத்தில் நின்று
கடவுளுக் கானதோ
ஆற்றங்கரை மனிதர்க்கானதோ

எப்படியாயினும்
கை நீரைத் தேடுகிறேன் நான்
பாவம்
நீங்கள் ஆற்றைத் தேடுகிறீர்கள்

ஒரு கோப்பை தேநீர்

உதடு பொருத்திக் கசிந்த
காற்றின் மௌனம்
காத்திருந்தது
கோப்பையின் விளிம்பில்
மற்றொரு உறிஞ்சலுக்காய்

ஒரு கோப்பை
தேநீராகிப் போனது வாழ்க்கை
தேயிலை யோடும்
பாலோடும்
அதன் இனிப்போடும்
ஆனாலும்...
வாழ்க்கையின்
வெறுமையைச் சொல்கிறார்கள்
தேநீர் இயற்ற மாட்டாதவர்கள்

◈

நிமிர்

கம்பீரமாய்
நிற்கிறது
மனமொடிந்து போனவனைச்
சுமந்து கொண்டு
கையொடிந்த
நாற்காலி

◈

கண்ட வெளியும் காணாத வெளியும்

வெளிகள்
வெளியே மட்டுமில்லை
உள்ளேயும்
அகத்துள்ளேயும்
கூடுதல் மர்மங்களுடனும்
கூடா நட்புகளுடனும்

யாரைப் படிக்கட்டும் நான்?

ஆண்மை தவிர்

நெருப்பின்றிச் சுடுகிறது
வீதி தோறும்
மனநலம் தப்பியவளின் உறுப்பு
ஆடையின்றி அலையும்
மிருகங்களின் கீழாகிப்போயின
விதவிதமான உடுப்புகளும்
அதன் நாகரீகமும்

போட்டியின்றித் தோற்கின்றன
மனித குலத்தின் சொரணைகள்

அதுவும் இதுவும் எதுவும்

என் பார்வைக்குள் சிக்கிச்
சுருங்கிப் போனது
வானம்

உயரமும் அகலமும் அற்றதாய்
ஒரு தீராப் பறவையின்
சுகச் சுற்றுக்குள்
அவ்வப்போது அது
முடிந்து போகலாம்

காற்றின் சுறுசுறுப்போடு
அது உராயும் போது
தீர்ந்து போனதாகலாம்

சூரிய பிம்பங்களை
சந்திரனாக்கி
வேடிக்கை காட்டலாம்
சந்திரனையே ஒழித்து வைத்து
கபடமாடலாம்

விடியும் போது
அது
வண்ணங்கள் குலுக்கிய
குடுவையாகலாம்

பின்னொரு நாள்
அது
பூமியைத் தன் கடைவாயில்
ஒதுக்கிய
எள்ளுருண்டையாக்கலாம்

நான் அளக்காத வானம்
ஒரு நாள்
என்னை அளக்கலாம்
அப்போது தெரியும்
அதுவும்
இதுவும்
எதுவும்
வானந்தான் என்று

◈

உயிர் பொறுக்கிகள்

கவளம் சிதறிய கடலுக்குள்
இரை பொறுக்கப் போனவர்கள்
உயிர் பொறுக்கித்
திரும்புகின்றனர்
கீழைக் கடல் முழுதும்

கொஞ்சமும் பயமின்றி
கொத்தித் தின்கின்றன
கோட்டான்கள்
எம் மனித உயிர் முழுவதையும்
வல்லரக்கப் போர் பறையுடன்

துணையிருக்கும்
கள்ளப் பருந்திடம் போய்
கையேந்து வானேன்?
ஆனாலும்...
ஏந்துகிறார் சிலர்
வேட்டியவிழ்ந்த அம்மணமாய்

வியர்வையின் விலையில்
வாழ்க்கையன்றி
வேதனைகள் வாங்கப்பட்டபோது
தன்
உடல் மொழியன்றி
கடல் மொழியும்
மறந்தே போயிற்று எம்மவர்களுக்கு

தரையில் வெந்து
கடலில் நொந்து
இவர்கள் பிடித்த மீன்களிலும்
பெரிதாகிப் போனது
இவர்களைப் பிடித்த சுறாக்கள்

விழுந்த அடிகளை
எழுதுகோல் கொண்டு
எழுதியது போதும்
இனி
விலா எலும்பு கொண்டு
எழுதுங்கள்
அடி அடியாய்

குழந்தைகளும் பொம்மைகளும் கடவுளுமாக...

பொம்மைகளோடு
உண்மையாய் வாழ்கின்றனர்
குழந்தைகள்
பிறிதொரு குழந்தை இல்லாத
தனிமையில் ஏங்கிய படி

யுத்த பூமியில்
வாழ்கிறவர்கள்
குறிபார்க்கவும் குண்டடிபடவுமாய்ச்
செத்துச் செத்து
விளையாடுகிறார்கள்

மற்றொரு நாள்
தந்தையின் சிடுசிடுப்பற்ற
பேச்சுக்காய் காத்துக் கிடக்கிறார்கள்
இலவு காத்த கிளிகளாய்

அன்னையின் கையில்
எதையாவது உண்டு
அமுதமாய் நினைத்துக் கொள்ளவும்
தயாராகிறார்கள்
அம்மாவின் தயார் நிலை
அறிந்தும் அறியாதவராய்

பின்
சிறிது கவனமும்
பெரிய கரிசனமுமாய்க்
குழந்தைகள் பொம்மைகளுக்கு
ஊட்டுகிறார்கள்
அம்மாக்களாகி

குழந்தைகளுக்கு
கடவுளிடம் வேண்டிக்கொள்ள
ஏதுமிருப்பதில்லை
கடவுளுக்கோ நிறைய இருக்கின்றன
குழந்தைகளுடனும்
பொம்மைகளுடனும்
அதன் விளையாட்டுக்களுடனுமாக

◈

வீதியைச் சமாளிக்க மாட்டாதவர்கள்

ஒரு பின்னிரவு குளிர்நாளில்
விடிய விடிய
ஆடையின்றி அம்மணமாயிருந்த வீதி
விடிந்ததும்
ஆடை கட்டிக் கொண்டது
மனிதப் பார்வைகளால்

கோளாறாகிப் போனவர்களால்
முற்றிலும் சங்கடத்தில் நெளிகிறது
பகலில் ஆடையுடன்
அந்த வீதி

பின்னிரவின் சுதந்திரத்தைத்
தகர்த்தெறிந்த பகலின் பகட்டை
உறிஞ்சிக் குடித்து
சூடேறிய வீதியெங்கும்
பண்டங்களாய் மனிதபாரம்

நெளிந்தும் வளைந்தும்
அமைதியாய்
ஊர்ந்து செல்லும் வீதியொன்றில்
பொய்யை விதைத்து
அறுக்க மாட்டாத சோகத்துடன்
சோம்பிக் கிடந்தவர்கள்
மற்றொரு கிரகம் தேடி அலைகிறார்கள்
ஒரு வீதியைச்
சமாளிக்க முடியாமல்

கானகம் தூங்குவதில்லை

கானகம் கொடிகளால்
வகிடெடுத்துக் கொண்டது
தலைவாரத்
தென்றலில்லா நேரம் இது
இதன் பசுமை போர்த்திய
இளைய வனப்பிற்கு
ஏங்குவாரின்றி
சில் வண்டுகளும்
செம்போத்துக்களும்
யாருக்காகவோ பாடுகின்றன

உள் நுழைய
ஒற்றையடிப் பாதையில்லா
வழிப்போக்கனாய்த் திகைத்துப் பின்
பூக்களுக்குள்
குமைந்து போகாக் கட்டறுப்புடன்
அகமும் புறமும் கூச்சலிட
கவிஞனாகிறேன் நான்
அதனதன் அழகின் சாயலில்
கவிஞன் தோற்கிறான்
கானகப் படைப்பின் விளிம்புகளிலோ
எப்போதும்
கவிதைகள் வெல்கின்றன

◈

படைப்பின் புதிர்

கண்ணாமூச்சிக்குள் ஒளிர்கிறது
படைப்பு மனம்
நெருக்கமும் நெகிழ்ச்சியுமற்ற
தேடலில்
ஒவ்வொரு குழந்தைகளுக்குமான
பிரபஞ்சத்தின்
பாரதூரமாகிப் போனது அது.

படைத்தவனையும் தாண்டி நீள்கிறது
படைப்பின் புதிர்
புறக்கணிக்கப்பட்ட
ஒற்றைக் குழந்தையின் ஏக்கமாகி
பக்தர்களைத் தேடி அலையும்
கடவுளாகிப்
பின்...
கடவுளும் குழந்தையாகிப் போவதை
அறியாமலே
பயணப்படுகிறது
படைப்பின் வேகம்.